நீர்க்குமிழி

(சொற்பொழிவுகள்)

கி. வா. ஜகந்நாதன்

Title: Neerkumizhi

Author: Ki. Va. Jagannathan

Language: Tamil

First Published on: 1960

Year of Publication: 2025

Book Format: Paperback

*Page Size: 6inch * 9inch*

Category: Religious

Subject: Religious Essays

No. of pages: 136

ISBN: 978-81-998877-6-3

Published by: Nilan Publishers, Madurai, Tamilnadu, India

பொருளடக்கம்

குறிப்புகளுக்காக

முன்னுரை

கந்தர் அலங்கார விளக்கச் சொற்பொழிவுகள் அடங்கிய அலங்கார மாலையில் இது பதின்மூன்றாவது மலர். இந்தப் புத்தகத்தில் அறுபத்தாறாவது பாடல் முதல் அறுபத்தொன்ப தாவது பாடல் வரையில் உள்ள நான்கு பாடல்களுக்குரிய விரிவுரைகள் இருக்கின்றன.

போலிவேதாந்தம் பேசி, வாழ்க்கையில் அநுபவம் பெறு வதற்குரிய நெறியில் நடவாத மக்களை எண்ணிப் பரிகாசமாகப் பாடிய பாட்டு முதலில் இருக்கிறது. உடல் நிலையாமை, செல்வ நிலையாமைகளை வாயினால் பேசி, பிறருக்கு உதவும் இயல் பில்லாதவர்களின் ஞானம் போலியானது என்கிறார் அருணகிரியார்.

இரண்டாவது விரிவுரையில் வரும் பாடல் மானிடப் பிறவியின் அருமையையும் இதனைப் பெற்றதனால் செய்ய வேண்டியதையும் குறிக்கிறது. இவ்விடத்தில் மானிடப் பிறவி சிறந்ததென்பதற்குரிய காரணங்களையும், பாரத நாட்டில் எடுத்த பிறவி பின்னும் சிறந்தது என்பதற்குரிய காரணங்களையும் விரிவாகச் சொல்லியிருக்கிறேன். இந்தப் பாடலின் பிற்பகுதியில் தேவயானையைப் பற்றிச் சொல்லியிருக்கிறார் அருணகிரியார். அப்பிராட்டியைப் பற்றிய செய்தி மிகவும் அருமையாகவே வருகிறது. இப்பகுதிக்குரிய விளக்கத்தில் கந்தபுராணத்தில் வரும் தேவயானை திருமண வரலாற்றை விரிவாகச் சொல்லியிருக்கிறேன்.

அடுத்த பாடல் முருகனுடைய அன்பு முறுக முறுகக் கால தேச எல்லை கடந்த இன்பம் உண்டாகும் என்பதைச் சொல்வது. அதீதத்திலே உண்டாகும் பேரானந்த நிலையை அப்பாடல் சொல்கிறது.

இப்புத்தகத்தில் உள்ள கடைசிக் கட்டுரை யமபயத்தைப் போக்கும் தன்மை வாய்ந்தது. முருகப் பெருமானுடைய திருவருள் வலிமையினால் காலனையும் வெல்லும் ஆற்றல் தமக்குக் கிடைத்திருப்பதை மிக்க ஊக்கத்துடன் கூறுகிறார் அருணகிரியார். இத்தகைய பாடல்கள் பலவற்றைக் கந்தர் அலங்காரத்தில் பார்க்கிறோம். ஒவ்வொன்றும் ஒவ்வொரு வகையில் அமைந்திருக் கிறது. காலனையே நோக்கிச் சொல்லும் வகையில் சில உண்டு. இந்தப் பாடல் காலனைப் படர்க்கையில் வைத்துப் பாடியது. இத்தகைய பாடல்களைப் பல முறை பாடிப் பாடிப் பயில்வதனால் நம் மனத்தில் ஒரு வகை உறுதிப்பாடு உண்டாகும். மெல்ல மெல்ல அச்சம் நழுவிவிடும்.

இந்த அலங்கார மாலையில் முன்புள்ள புத்தகங்களில் சொன்ன சில கருத்துக்கள் இந்தப் புத்தகத்திலும், வரலாம். ஒரே கருத்து வெவ்வேறு பாடலில் வரும்போது அதை விளக்க வேண்டியது அவசியமாகிறது. ஆயினும் கூடிய வரையில் முன் சொன்னவற்றை இங்கே சொல்லும்போது சுருக்கிச் சொல்லியும் வேறு முறையிற் சொல்லியும் விளக்கியுள்ளேன்.

இலங்கை, பர்மா, தமிழ்நாடு ஆகிய இடங்களில் இந்த அலங் கார மாலையைப் படித்து மகிழ்பவர் பலர். இந்த மாலையினால் எனக்கு நெருங்கிய நண்பரானவர் பலர். எல்லாம் முருகப் பெருமானுடைய திருவருளே.

இன்னும் ஏழு புத்தகங்களில் இந்த மாலையை ஒருவாறு நிறைவேற்றலாம் என்று எண்ணியிருக்கிறேன். முருகன் திருவருள் துணை நிற்க வேண்டும்.

கி.வா. ஜகந்நாதன்

நீர்க்குமிழி

பல காலம் பெரியவர்களை அண்டி உண்மை உணர்ச்சி பற்று இறைவனிடத்தில் இடையறாத அன்பு கொண்டு, பல வகைச் சாதனங்கள் புரிபவர்களுக்கே உண்மை உணர்வு கிடைப்பது அரிதாக இருக்கிறது. அப்படி இருக்க, சில நூல்களைப் படித்துவிட்டுப் பல செய்திகளைத் தெரிந்து கொண்டு வெறும் வாசாஞானமாகப் பேசுபவர்களுக்கு இறைவன் அருள் எவ்வாறு கிடைக்கும்? நூல்களின் நுட்பங்களைத் தெரிந்து கொண்டு ஒன்றைப் பத்தாகப் பெருக்கிப் பேசினாலும் அவர்களுடைய உள்ளத்தில் ஈரம் படியாது. இரும்பினால் அமைந்த குழாயில் ஆயிரம் ஆண்டுகள் தண்ணீர் ஓடினாலும் அதனூடே ஈரம் பற்றுவது இல்லை. அது போல வேதாந்த சித்தாந்த சாஸ்திரங்களைப் பலகாலம் படித்துக் கரைகண்டிருந்தாலும் அவற்றி லுள்ள சிக்கலைத் தெளிவு படுத்த முடியுமேயன்றி அவர்களது சாந்த அனுபவத்தில் இம்மியளவும் படியாது. நூல் உலகத்தில் நடமாடுகிறவர்கள் அங்கங்கே மோதும் மோதல்களைத் தவிர்க்கலாம். சந்தேகங்களைத் தெளிவாக்கிக் கொள்ளலாம். அத்தனையும் நூல் உலகத்திற்குள் அமைந்தவைதாம். அநுபவம் என்பது நூல் உலகத்திற்கு அப்பாற்பட்டது; இறைவன் அருள் உலகத்தின் எல்லையில் இருப்பது.

உபதேசப் பழக்கம்

மனிதன் வாய் உள்ளவனாக இருப்பதனால் நன்றாகப் பேசக் கற்றுக் கொண்டிருக்கிறான். பிராயம் அதிகமாக அதிகமாகத் தன்னைக் காட்டிலும் சிறியவர்களுக்கு உபதேசம் செய்யும் பழக்கம் அவனுக்கு ஏற்பட்டுவிடுகிறது. தெரிகிறதோ, தெரியவில்லையோ, தான் அனுஷ்டிக்கிறானோ இல்லையோ,

பிறனுக்குக் குருநாதனாவதில் அவனுக்கு ஆசைதான். ஆனால் அவன் நெஞ்சு சொல்லும், நீ எந்த அளவில் அநுஷ்டித்தாய்?" என்று. வேதாந்தத்தின் தலைநிலத்திலுள்ள சுகப்பிரம்மத்துக்கு அடுத்த அவதாரமாகத் தம்மைச் சொல்லிக் கொண்டிருப்பார்கள். அவ்வப்போது உள்ள உள்ளக் கிளர்ச்சியினால் சகஜ சமாதி நிலை அடைந்தவர்களாகத் தம்மை எண்ணிக் கொண்டிருபபார்கள். யாரேனும் சிறிது கோபமாகப் பேசினால் உடனே சள்ளென்று விழுவார்கள். இவர் களுடைய ஞானம் எல்லாம் நுனி நாக்கின் அளவில் நிற்பது.

சொல்வது குறைவாகவும், செய்வது மிகுதியாகவும் இருப்பவன் அறிவாளி.

"சொல்லுதல் யார்க்கும் எளிய அரியவாம்
சொல்லிய வண்ணஞ் செயல்"

என்று வள்ளுவர் கூறுகின்றார். தம்முடைய செயலினாலே பிறருக்கு வழிகாட்டுகிறவன்தான் உலகத்தாருக்குப் பயன்படுகிற குருநாதன். வெறும் வாசாலத்தினால் பேசுகின்றவர்களைப் பற்றி அருணகிரிநாதர் சொல்லி நகைக்கிறார்.

நீர்க்குமிழிக்கு நிகர்என்பர் யாக்கைநில் லாதுசெல்வம்,
பார்க்கும் இடத்து அந்த மின்போலும் என்பர்; பசித்துவந்தே
ஏற்கும் அவர்க்குஇட என்னின்எங் கேனும் எழுந்திருப்பார்;
வேல்குமரற்கு அன்பிலாதவர் ஞானம் மிகவும்நன்றே!

உடம்பு நிலையாமை

நாம் பிறருக்குக் கொடுக்காமல் எத்தனை சாப்பிட்டால்தான் என்ன? இந்த உடம்பை வளர்ப்பதற்கு ஒவ்வொரு நாளும் மூன்று வேளை வயிற்றில் சோறு கொட்டிக் கொள்கிறோம். அப்படி உள்ளே தள்ளுகிற சோறாவது வயிற்றில் தங்குகிறதா? பலகாலம் சோறு ஊட்டியூட்டி வளர்த்த இந்த உடம்பாவது நிலைத்து நிற்கிறதா? யாவுமே வீணாக அழிந்து போகின்றன.

ஒருவேளை சாப்பிட்ட உணவு மறுவேளை இல்லாமல் போகிறது. ஒரு பிறவியில் வளர்த்த உடம்பு சில ஆண்டுகளில் அழிந்து போகிறது. நீரில் உண்டாகும் கொப்புளம் போல இந்தப் பிரபஞ்சத்தில் உண்டாகும் உடம்பு அழிந்து போகிறது. ஐந்து பூதங்களினால் ஆனது பிரபஞ்சம். அதற்குள் ஒரு குட்டிப் பிரபஞ்சமாக இருப்பது உடம்பு; உயிர்க் கூட்டங்களுக்கு எல்லாம் உடம்பாகப் பிரபஞ்சம் இருக்கிறது.தனி உயிருக்குப் பிரபஞ்சமாக இந்த உடம்பு இருக்கிறது.

பிரபஞ்சமே அழியும் தன்மை வாய்ந்தது. பிரபஞ்சம் முற்றும் அழியும் காலத்தைப் பிரளயம் என்று சொல்வார்கள். இந்த உடம்பு அழியும் காலத்தை மரணம் என்று சொல்கிறோம். பிறருக்கு உபதேசம் செய்கிறவர்கள் இவற்றையெல்லாம் நினைப் பூட்டி, இந்த உடம்பு நீர்க்குமிழிக்குச் சமானமானது என்று சொல்வார்கள்.

நீர்க்குமிழிக்கு நிகர் என்பர் யாக்கை.

"நீர் மேல் குமிழி இக் காயம்" என்று பரதேசிப் பாட்டில்கூட வருகிறது.

நீரில் தோன்றுகின்ற குமிழியைப் பார்த்தால் பளபளப்பாக இருக்கும்.ஆனால் அது எந்தச் சமயத்தில் உடைந்து போகும் என்று யாராலும் சொல்ல முடியாது. இந்த உடம்பும்,நெய்யும் பாலும் உண்டு, மருந்தும் விருந்தும் அருந்திப் பளபளப்பாக இருக்கிறது. பருவம் வந்துவிட்டாலோ புது மெருகு பெற்று விளங்குகிறது. அதிலும் பெண் உடம்பாக இருந்தால் பிறர் உள்ளத்தைக் கவரும் தன்மை உடையதாக இருக்கிறது. இப்படி உள்ள உடம்பு திடீரென்று ஒருநாள் அழிந்து போகிறது. இயற்கையோடு வளர்வதாக இருப்பின், நாளடைவில் அந்தப் பொலிவு போய்ச் சுருங்கித் தளர்ந்து முதுமை அடைந்து கெட்டுப் போகிறது.எல்லாருமே முதுமை வந்து இறப்பதில்லை. கட்டிளங் காளையாக இருப்பவன் திடீரென்று ஒருநாள் இறந்து போகிறான். உலக இன்பத்தை எல்லாம் அடைந்து வாழலாம் என்ற நம்பிக்கையோடு

உடம்பை வளர்த்து, அழகுக் கலைகளுக்கு ஏற்ப அலங்காரம் பண்ணிக் கொண்டு வாழும் மட மங்கை உலக இன்பத்தை நுகராமல் திடீரென்று இறந்து போகிறாள். இவற்றை யெல்லாம் பார்க்கும்போது, இந்த யாக்கை நீர்க் குமிழிக்கு நிகர் என்று சொல்வது எவ்வளவு பொருத்தம் என்று தோன்றுகிறது.

பெரிய ஞானிகள் யாக்கை நீர்க் குமிழிக்கு நிகர் என்று அறிந்து, இந்த யாக்கை அழிவதற்குள்ளே என்ன என்ன செய்ய வேண்டுமோ அவற்றைச் செய்வார்கள். உலகத்தாருக்குக் கேட்கும்படி, "இந்த யாக்கை அழியும், அழியும்" என்று சொல்லிக் கொண்டிருக்க மாட்டார்கள். தான் பசித்தவன், "நீ சோறு உண்ணு" என்று பிறன் ஒருவனைப் பார்த்துச் சொல்லமாட்டான்.

"பசிக்கேற்ற உணவு எங்கே இருக்கிறது?" என்று தானே தேடி ஓடுவான்.

வாய் வேதாந்திகளோ தம்முடைய யாக்கை மாத்திரம் பலகாலம் வைரமாக இருப்பது போல எண்ணித் தம் அளவில் நிலையாமையை உணர்ந்து கொள்ளாமல் இருப்பார்கள். ஆனால் அடிக்கொரு தரம், 'இந்த உடம்பு அழியக்கூடியது தானே? என்று சொல்வார்கள். அது மாத்திரம் அன்று. தம்முடைய உடம்புக்கு வேண்டிய உணவுகளை உண்ணும்போது, "ஆத்ம வஞ்சனை பண்ணக் கூடாது" என்றும் இவர்கள் பேசுவார்கள். உயிரை வைத்திருக்கிற உடம்பு அவர்களுக்கு ஆத்மாவாகிவிடும். தமக்கு ஒரு நியாயம், ஊருக்கு ஒரு நியாயம் என்று பேசுகின்ற போலி வேதாந்திகள் அவர்கள்.

செல்வம் நிலையாமை

அடுத்தபடி, இந்த வாழ்க்கைக்கு இன்றியமையாதது செல்வம். உலகம் முழுவதும் செல்வத்தைத் தேடிக் கொண்டிருக்கிறது. ஒரு காலத்தில் ஓரிடத்தில் செய்த உழைப்பின் பயன் பிறிதொரு காலத்தில் வேறு இடத்தில் வந்து உதவும் படியாகச்

செல்வம் செய்கிறது. அதுவும், நாணயம் வந்துவிட்ட இந்தக் காலத்தில், நம்முடைய உழைப்பின் சாரத்தை எல்லாம் பணமாகச் சேர்த்துக் கொள்கிற உபாயம் இருக்கிறது. அதனால் ஒவ்வொரு மனிதனும் ரூபாய், அணா, பைசாக் கணக்கில் தன் உழைப்பின் சக்தியைப் கணக்கிட்டு ஈட்டுகிறான். அறிவாளி பணம் சேர்க்கிறான். உழைப்பாளி பணம் சேர்க்கிறான். வியாபாரிகளும் பணம் சேர்க்கிறார்கள். பண்டமாக இருந்தால் ஒரு காலத்திற்கு மேல் வைத்துக் கொள்ள முடியாது. அவற்றை அவ்வப்போது பயன்படுத்திக் கொள்ள வேண்டும். பழங்காலத்தில் பெரிய பணக்காரர்களாக இருந்தவர்கள் நிறைய நெல் முதலிய பண்டங்களைச் சேமித்து வைத்திருப்பார்கள். அவற்றைச் சில ஆண்டுகளில் தானத்திலும், தர்மத்திலும் செலவிட்டுப் புதிய முயற்சியில் ஈடுபடுவார்கள். நாணயம் என்ற உருவத்தில் உள்ள பேய் வந்த பிறகு தம்முடைய உழைப்பை எல்லாம் நாணயமாக்கிக் கொள்ள முயலுகிறார்கள் மக்கள். எந்த இடத்திலும், எந்தக் காலத்திலும் அது செல்லும்; ஆதலால் பிறருக்கு அளிக்காமல் நாணயத்தைச் சேர்த்துக் கொள்கிறார்கள். பிறருடைய நாணயத்தைத் திருடிக் கொள்ளவும் முயற்சி செய்கிறார்கள். ஓரளவு நாணயம் சேர்ந்துவிட்டால், இனி நாம் உழைப்பது எதற்கு என்று சோம்பேறிகளாகவும் ஆகிறார்கள். நாணயம் என்ற சனியன் வந்த பிறகு ஒருவகையில் மனிதனுக்கு முயற்சி இருந்தாலும் மற்றொரு வகையில் தானம், தவம் என்ற உணர்ச்சி செத்துப்போய்ப் பேராசை மிகுதியாகி விட்டது. பணக்காரர்களுக்குச் சோம்பேறித்தனமும் உடன் பிறந்த இயல்பாகிவிட்டது.

இப்படிச் சம்பாதிக்கிற செல்வம் ஓரிடத்தில் நிலை பெற்று நிற்கிறதா? அந்தக் காலத்திலும் சரி, இந்தக் காலத்திலும் சரி, செல்வம் நிலையாக நிற்பது இல்லை. அது எப்போதும் உருண்டு கொண்டே இருக்கிறது. ஆற்றிலே நிரம்ப வெள்ளம் வந்தால் இரு கரையையும் தொட்டுக் கொண்டு ஓடுகிறது. பின்பு வெள்ளம் வடிந்து விட்டால் சில இடங்களில் மேடுகள் உண்டா கின்றன. இந்த ஆண்டு ஓரிடத்தில் மேடு இருக்கிறது

என்று கண்டோமானால், அடுத்த வெள்ளத்தில் அந்த மேடு அப்படியே இருக்கும் என்று சொல்ல முடியாது; வேறு எங்கேயோ மேடு உண்டாகிவிடும். இதை உணர்ந்து,

"ஆறிடு மேடும் மடுவும்போ லாம்செல்வம்"

என்று பெரியவர்கள் சொன்னார்கள். மேகம் வானத்தில் நிரம்பியிருக்கிறபோது மின்னல் அடிக்கிறது. அது பளிச்சென்று தோன்றுகிறது. ஆனால் அடுத்த கணத்தில் இருக்கும் இடம் தெரியாமல் மறைகிறது. நம்முடைய வாழ்க்கை என்கிற நீண்ட காலத்தைத் கொண்டு பார்ப்போமானால் செல்வமும் சிறு காலமே நின்று போய்விடுகிறதென்று உணரலாம். மின்னல் தோன்றி மறைவது போலவேதான் செல்வமும் தோன்றி மறைகிறது.

நில்லாது செல்வம்
பார்க்கும் இடத்து அந்த மின்போலும் என்பர்.

வெறும் வாய் ஞானம் பேசுகின்றவர்கள் இதையும் எடுத்துச் சொல்வார்கள். பிறருடைய செல்வதைப் பெற்றுக் கொண்டு இதைச் சொல்வார்கள். ஆனால் தம் அளவில் செல்வம் சேர்த்துக் கொண்டிருப்பார்கள். "இறைவனுடைய திருவருளால்தான் செல்வம் சேருகிறது. அதற்கு நாம் தர்மகர்த்தாவாக இருக்க வேண்டும். நமக்கு வருகின்ற தீங்குகளைப் போக்கிக் கொள்வதற்கு அறம் செய்ய வேண்டும். நல்ல காரியங்கள் செய்ய வேண்டும். அதற்கு இத்தனை ரூபாய் ஆகும்" என்று பிறருக்கு உபதேசம் செய்து தம் பொருளைச் சேர்த்துக் கொள்கிற மக்கள் உலகத்தில் பலர் இருக்கிறார்கள். பிறருடைய செல்வத்தைப் பற்றிக் கவலைப் படாமல் தம்முடைய செல்வத்தை மாத்திரம் பாதுகாத்துக் கொள்கிறவர்களை விட இவர்கள் இழிந்த மக்கள். உண்மையில் உயிர்களிடத்தில் அன்பு இருந்தால் தம்முடைய செல்வத்தையும் பிறருக்குப் பகிர்ந்து அளிக்கும் மனப்பாங்கு உண்டாகும். அந்த அன்பு இல்லாதவர்கள் பிறருடைய செல்வத்தைப் பற்றிக் கூறுகிறார்களேயன்றித் தம்முடைய

செல்வம் எப்போதும் நிலையானது என்றே நினைத்துக் கொண்டிருப்பார்கள்.

வாசாஞானிகள்

யாக்கையின் நிலையாமையையும், செல்வத்தின் நிலையாமையையும் பிறருக்குத் தம்முடைய உபதேசங்களாலும், விரிவுரைகளாலும், கதைகளாலும் எடுத்து விரிக்கின்ற பேர்வழிகள் உலகத்தில் மிகுதியாக இருக்கிறார்கள். எல்லோரும் குரு நாதர்களாக ஆக ஆசைப்படுகிறார்களேயொழிய மாணாக்கர்களாக இருக்க விரும்புகிறவர்கள் மிகவும் அருமை. தாம் உணர்ந்து கண்டுவிட்டால் அதனை அநுஷ்டானத்தில் நாமே கொண்டு வந்திருக்கிறோமா என்று அவர்கள் எண்ணிப் பார்ப்பது இல்லை. உணர்ந்தது ஒன்று; ஆனால் சொல்வது பத்தாக இருக்கும். உணர்ந்ததையே செயல் முறையில் கொண்டுவராத போது தாம் சொல்வனவற்றையெல்லாம் எப்படிக் கொண்டுவருவார்கள்?

பசித்து வந்தவன்

ஒருவர் தினந்தோறும், "என்ன உடம்பு வேண்டியிருக்கிறது? இது நீர்க்குமிழி போன்றது. இதைப் போய் ஒருவன் காப்பாற்றிக் கொண்டிருப்பானா?" என்று சொல்லிக் கொண்டு வந்தார். பணத்தைப் பற்றிப் பேச்சு வந்தால், "செல்வம் மின்னலைப் போன்றது. அது ஓரிடத்தில் தங்குவது இல்லை. அதற்கு ஆசைப் படலாமா?" என்று சொல்வார். ஒருநாள் அவருடைய வீட்டுக்கு ஓர் ஏழை வந்தான்; இரண்டு நாட்களாக உணவைக் காணாதவன் அவன். அவனுடைய முகத்தைப் பார்த்தாலேயே பசி என்று எழுதி ஒட்டியிருப்பதுபோல இருந்தது. உடம்பிலே சோர்வு; வார்த்தையிலே தளர்ச்சி; நடக்கும் போதே விழுந்துவிடுவான் போலத் தோன்றியது.

அவன் மேலே சொன்னவருடைய வீட்டு வாசலுக்கு வந்து, "ஐயா! பசி தாங்க முடியவில்லை. ஒரு கவளம் சோறு

போடுங்கள்" என்று சொன்னான். அவர் அதைக் காதில் வாங்கிக் கொள்ளவில்லை."அடடா, நான் மறந்துவிட்டேனே! அடுத்த ஊருக்குப் பத்து மணிக்கு வருவதாகச் சொல்லியிருந்தேனே! என்ன மடத்தனம்?" என்று உடனே வீட்டைவிட்டே புறப்பட்டு விட்டார். அவருக்கு உண்மையில் வேறு ஊரில் வேலை இருக்கிறதோ இல்லையோ, அது நிச்சயம் இல்லை. ஆனால் தம் வீட்டுக்கு எதிரே வந்து நின்று, "ஐயா பசி" என்றானே, அந்த ஏழைக்கு ஒரு கவளம் சோறு இந்தா என்று சொல்ல அவருக்குப் புண்ணியம் இல்லை; இல்லையென்று சொல்லவோ தைரியம் இல்லை. ஆதலால் அவனைக் கவனிக்காதவர் போல, எங்கேயோ போகிறவர் போன்று எழுந்து போய்விட்டார். யாக்கை நிலையாதது என்றும், செல்வம் நிலையாதது என்றும் சொல்கிற அந்தப் பெருமான் தம் அளவில் இத்தகைய கைங்கர்யத்தைச் செய்கிறார். அவரைப் பார்த்து அருணகிரியார் சொல்கிறார்.

நீர்க்குமிழிக்கு நிகர் என்பர் யாக்கை நில்லாதுசெல்வம்
பார்க்கும் இடத்து அந்த மின்போலும் என்பர், பசித்துவந்தே
ஏற்கும் அவர்க்குஇட என்னின் எங்கேனும் எழுந்திருப்பார்.

போகிற இடம் இன்னது என்று சொன்னால் அந்த ஏழையும் அங்கே வந்துவிடலாம். அல்லது யாராவது அவனை அங்கே அனுப்பி வைத்துவிடலாம். ஆகவே அந்த இடத்தைக்கூடச் சொல்ல மாட்டார்களாம்! இப்படி உயிர்களிடத்தில் அன்பு இல்லாதவர்கள் தம்மை இறைவனுடைய பக்தர்கள் என்று சொல்வதைக் காட்டி லும் கேலிக் கூத்து வேறு இல்லை.

சர்க்கரை ஞானம்

சர்க்கரையைப் பற்றிப் பேச்சு வருகிறபோது மணிக்கணக்கில் ஒருவர் பேசுவார். கரும்பைப்பற்றியும், அதன் சாகுபடியைப் பற்றியும், அது எந்த நிலத்தில் விளைகிறது என்பதைப் பற்றியும், கரும்புச் சாற்றை ஆலையில் சர்க்கரையாக எவ்வாறு மாற்று கிறார்கள் என்பதைப் பற்றியும் மிகமிக விரிவாகப் பேசுவார். அது சம்பந்தமாக இருநூறு புத்தகங்களுக்கு மேல்

தாம் படித்ததாகச் சொல்வார். ஆனால் அவர் ஒரு பிடி சர்க்கரையை வாயில் போட்டுச் சுவைத்து அறியாதவர். சர்க்கரையைப் பற்றி அவருடைய ஞானம் எத்தகையது?

வேறு ஒருவன் கரும்பு பற்றிய விஷயமோ, சர்க்கரை ஆலையைப் பற்றிய செய்தியோ ஒன்றையுமே விரிவாகத் தெரிந்து கொள்ளாதவன்; அதைப் பற்றிப் பேசத் தெரியாதவன். ஆனால் தினந்தோறும் சர்க்கரையைப் பிடிப்பிடியாகத் தின்கிறவன். அவன் சர்க்கரையைப் பற்றி விளம்பரம் செய்து கொண்டிருக்க மாட்டான். முடிந்தால் ஒரு பிடி சர்க்கரையைப் பிறருக்கு கொடுப்பான். அவன் உண்மையில் அனுபவிக்கிறவன். ஆகையால் வாயளவில் அப்படி இப்படி என்று பேசுவதைக் குறைத்துக் கொள்கிறான். பேசாமல் இருக்கிறான். வாய் நிறையச் சர்க்கரையைப் போட்டுக் கொண்டால் எப்படிப் பேசுவது? எங்கே உண்மையான அநுபவம் உண்டாகிறதோ அங்கே பேச்சுக்கு இடம் இல்லை. "கண்டவர் விண்டிலர்" என்கிற பழமொழியை நாம் கேட்டிருக்கிறோமே.

பேசா அநுபூதி

"அங்கே
பொங்கிவரும் பாலுண்டு அங்கம் இளைப் பாறிக்கொண்டு
தங்கப்பொம்மை போலே என்றும் நில்லுமே - துன்பம்
வெல்லுமே
அதைக், கண்டாரும் விண்டதில்லை விண்டாரும்
கண்டதில்லை
அண்டாண்ட கோடியெல்லாம் ஒன்றாய்ப் பரந்திருக்கும்
அல்லவோ - அடியேன் - சொல்லவோ"

என்று நந்தனார் சரித்திரக் கீர்த்தனத்தில் அநுபவத்தையும், வாக்கையும் பற்றிய செய்திகள் வருகின்றன. இறைவனுடைய திருவருளால் அநுபவம் முதிர்ந்தவர்களுக்கு அதைப் பற்றிப் பேசுவதற்கு வாய் வராது.

"பேசா அநுபூதி பிறந்ததுவே"

என்று தம்முடைய அநுபவத்தை இறைவனுடைய அருளிலேயே மறைத்துப் புதைத்துக் கொள்வார்கள் பெருமக்கள்.

உலகத்தில் எந்த அநுபவமானாலும் அநுபவ முதிர்ச்சியில் பேச்சு எழாது. பெரும் புத்தகத்தைப் படித்து அறிந்து கொண் டாலும், அதனூடே அனுபவிக்கின்ற ஒரு நிலையில் எல்லாம் மறந்து, 'தூங்காத தூக்கம்' சித்திக்கும்.

"சொற்பாவும் பொருள் தெரிந்து தூய்மை நோக்கித் தூங்காதார் மனத்திருளை வாங்காதானை"

என்று அப்பர் சுவாமிகள் சொல்வர். அப்படி ஒன்றிலே ஈடுபட்டவனுக்கு வேறு எதிலும் நாட்டம் இராது. எந்தப் பேச்சும் காதில் விழாது. அதற்குள்ளே புதைந்து போவான். சிறிதுகூட அநுபவம் இல்லாதவர்களே புத்தகத்தைப் படித்துப் படித்துப் பலபடியாக விரித்துப் பேசுவார்கள். அஷ்டாங்க யோகத்தைப் பற்றியும், சந்திர மண்டலத்தை முட்டி அமுத நுகர்ச்சி பெறுவதைப் பற்றியும், ஆதார யோகத்தைப் பற்றியும் மணிக்கணக்காக அளப்பார்கள். அத்தனை பேச்சும் உணர்ச்சி இல்லாத பேச்சு; அந்தப் பேச்சைப் பிழிந்தால் ஒரு சொட்டுக்கூட அநுபவம் இராது.

பிறர் துன்பத்துக்கு இரங்கல்

ப்படிப் பேசுகின்றவர்கள் மனிதனுக்கு மனிதன் காட்டுகின்ற இரக்கங்கூட இல்லாதவர்களாக இருப்பார்கள். "யாக்கையே நிலை இல்லாதபோது அதற்கு வரும் துன்பம் மாத்திரம் நிலைத்தது ஆகுமா?" என்று நினைக்கிறார்களோ என்னவோ தெரியாது. ஆனால் பிறருக்குப் பசி வரும்போதுதான் இந்த வேதாந்தத்தைச் சொல்ல முடியும். அவர்களுக்குப் பசி வந்து விட்டால் வீடே திமிலோகப்பட்டுவிடும். பசியினால் வரும் துன்பத்தைத் தம் அநுபவத்தில் உணர்ந்திருக்கிறபோது அதே துன்பம் மற்றவனுக்கும் உண்டு என்பதை உணர முடியாதா? இத்தனை பேசத் தெரிந்து கொண்ட அவர்களுக்கு அதை

உணரவும் தெரியும். ஆனால் அவர்கள் உணர மறுக்கிறார்கள். உணர்ந்தாலும் செயலிலே காட்டுவது இல்லை.

நாம் உண்ணும்போது வேறு யாரேனும் ஒருவருக்காவது கொடுத்துச் சாப்பிட வேண்டுமென்பதை அருணகிரியார் பலமுறை வற்புறுத்தியிருக்கிறார்.

"யாவர்க்கும் ஆம் உண்ணும்போது ஒரு கைப்பிடி"

என்று திருமூலர் சொல்வார். நீ நொய்யாகச் சாப்பிடுவாயானால் அதில் குறுணையாகத் தர்மம் செய் என்று அருணகிரிநாதப் பெருமான் அநுபவ பூர்வமான வழியைச் சொல்லித் தந்தார். பிறருடைய பசியைப் போக்குவது போன்ற தர்மம் வேறு ஒன்றும் இல்லை. தனக்கு உணவை வைத்துக் கொண்டிருக்கிறவன் தன்னுடைய குழந்தையின் பசியைக் கண்டால் உடனே அதற்கு ஊட்டுகிறான். பசி என்கிற துன்பம் தெரியாத மனிதன் யாருமே இல்லை. ஆதலால் மற்றப் பெரிய தானங்கள் செய்வதைக் காட்டிலும் பிறனுடைய பசியை நீக்கும் தர்மம் எல்லோருக்கும் உரியது. மிகமிகப் பெரியது. அதை அடியோடு மறந்து அதனைச் செய்ய எண்ணாமல் ஏமாற்றுகிற மக்கள் உடம்பு நிலையாமையைப் பற்றிப் பேசி என்ன பயன்?

சோம்பேறிகள்

உலகத்தில் நல்லதைச் சொல்லுகின்ற ஆசிரியன்மார்கள் இல்லாமல் மனிதர்கள் கெட்டுப் போகவில்லை. நல்லதைச் சொல்லி விட்டுத் தாம் அவ்வாறு நடக்காமல் இருக்கிற போலிக் குருமார்களால்தான் உலகம் கெட்டுப் போகிறது. அத்தகையவர்களால் உண்மையில் அநுபூதிமான்களாக இருக்கிற நல்லவர் களுக்கும் கெட்ட பெயர் உண்டாகிறது.

"ஆலயம் தொழுவது சாலவும் நன்று"

என்று வாசாமகோசரமாகப் பேசுவார்கள். ஆனால் கோயிலுக்கு போகமாட்டார்கள். "ஏன் நீங்கள் கோயிலுக்குப்

போகவில்லை?" என்று கேட்டால் அப்போது ஒரு புதிய வேதாந்தத்தைச் சொல்வார்கள். "ஆண்டவன் கோயிலில் மாத்திரம் இருக்கிறானா? ஒவ்வொருவனுடைய உடம்பிலும் இருக்கிறான். உடம்பையே கோயிலாகக் கொண்டு வாழ்கிற பெருமான் அவன்" என்று சொல்வார்கள். அப்படிச் சொல்வதற்குக் காரணம் அவர்கள் ஞானத்தில் முறுகி நின்றவர்கள் என்பது அன்று. பிறருக்கு உபதேசம் செய்து தாம் அதன்படி நடக்காத பெரிய சோம்பேறிகள் அவர்கள். இத்தகையவர்கள் தம்மையும் கெடுத்துக் கொண்டு தம்மைச் சார்ந்தவர்களையும் கெடுத்து விடுகிறார்கள்.

ஆண்டவனை நம்முடைய உடம்பாகிய ஆலயத்தில் கண்டு பூசை புரிவது என்பது கிள்ளுக் கீரையா? கண்ணுக்கு முன்னாலே உருவம் எடுத்துக் கொண்டு வந்து நிற்கிற விக்கிரகங்களையே பார்க்க வேண்டிய முறையில் பார்க்க நமக்குத் தெரிவது இல்லை. கண்ணுக்கு முன்னால் நிற்கும் அந்தப் பெருமானைத் தரிசிக்கும் போதே ஆயிரம் ஆயிரம் வேறு பிற காட்சிகளும், எண்ணங்களும் வந்து நம் உள்ளத்தில் போராடிக் கொண்டிருக்கின்றன. இறைவனைப் பார்த்துக் கொண்டே இருக்கும்போது அந்த உருவத்தின் மேலுள்ள ஆபரணத்தில் உள்ளம் செல்கிறது; ஆடையில் உள்ளம் செல்கிறது. நம்முடைய வீட்டுக்கும் இப்படி விளக்குப் போடலாமே என்று ஏதோ ஞாபகம் வருகிறது. இப்படி இருக்கும் போது அந்தப் பெருமானுடைய ஒளி உருவத்தைக் கண்டு உள்ளப் பெருங்கோயிலில் வைத்துப் பூசித்து நம்மை மறந்து நிற்கிற நிலை எளிதில் வரக்கூடியதா? கோயிலுக்குப் போகாத சோம்பேறிகளோ மிக எளிதாக இறைவனைத் தம் உள்ளக் கோயிலில் வைத்துப் பூசிப்பதாகப் பேசுவார்கள். அவர்களால் உலகத்திற்குக் கெடுதியேயொழிய நன்மை இல்லை.

உயிர்களிடத்தில் அன்பு

ஆகவே, வாயினால் எத்தனை சொன்னாலும் அதைக் கொண்டு ஒருவருடைய தகுதியைத் தெரிந்து கொள்ள

முடியாது. வேதாந்த சித்தாந்த நூல் பயிற்சி இல்லாமல், பஞ்சாட்சர ஷடாட்சர உபதேசம் இல்லாமல் இருந்தும், ஒருவன் பசித்து வந்தவர்களுக்குச் சோறு போடுவானேயானால் அவனே சிறந்தவன் என்று கொள்ள வேண்டும். சிலர் தாம் செய்கின்ற தவறான காரியங்களுக்கும், தம்முடைய சோம்பேறித்தனத்திற்கும் நூல் களில் இருந்து மேற்கொள் காட்டுவார்கள்; சமாதானம் பேசுவார்கள். ஆங்கிலத்தில் சொல்வார்கள், (Devil quotes the scripture) "சனியன் வேதத்தை மேற்கோள் காட்டுகிறது" என்று. அத்தகையவர்கள் உலகத்திலுள்ள ஆருயிர்களிடத்தில் அன்பு இல்லாதவர்கள்; உண்மையை உணராதவர்கள்; ஆண்டவனிடத்திலும் அன்பு இல்லாதவர்கள்.

வேல்குமரற்கு அன்பிலாதவர் ஞானம் மிகவும் நன்றே!

என்று அருணகிரிநாதர் அவர்களைப் பார்த்துப் பரிகாசம் பண்ணுகிறார்.

ஆருயிர்களிடத்தில் அன்பு இல்லாதவர்களுக்கு, அந்த ஆருயிர்களின் தலைவனாகிய ஆண்டவனிடத்திலும் அன்பு இருக்க நியாயம் இல்லை. முருகப் பெருமான் திருக்கையில் வேலை வைத்திருக்கிறான். அது ஞானமயமானது. உண்மை ஞானம் என்பது இறைவனையும், உலகத்திலுள்ள ஆருயிர்களையும் ஒன்றாகப் பார்த்து அன்பு செய்வது. எவனுக்கு ஜீவகாருண் யம் இல்லையோ அவனுக்கு இறைவன் கருணை கிடைக்காது.

இறைவன் கோயிலுக்குச் சென்று பலவகையான நிவேதனங்களைச் செய்து வழிபடுகின்றவர் பசித்து வரும் ஏழைக்கு ஒரு பிடி உணவு தராவிட்டால் அத்தனை நிவேதனமும் ஆண்டவனால் ஏற்றுக் கொள்ளப்பட மாட்டாது. ஆருயிர்களிடத்தில் அன்பு செய்யாதவனுடைய அன்பை இறைவன் அன்பாகக் கொள்வதில்லை. அருட்பிரகாச வள்ளலார் இந்தக் கருத்தை வெளியிடுகிறார்.

அவர் இறைவனிடத்தில் ஒரு விண்ணப்பம் செய்து கொண்டார். "எம்பெருமானே! அடியேன் கூறும் விண்ணப்பத்தைத் திருச்செவியில் ஏற்றுக் கொண்டு அருள வேண்டும்" என்கிறார்.

"அப்பா நான் வேண்டுதல் கேட்டு அருள் புரிதல் வேண்டும்."

இறைவனுடைய பெருமைகளை உலகத்திற்கு எல்லாம் சொல்ல வேண்டும் என்பது அவருடைய ஆசை. அப்படிச் சொல்வதற்குக் காரணம் உயிர்க்கூட்டங்கள் உய்ய வேண்டும் என்பதே. இறைவனுடைய பெருமையை விளம்பரப்படுத்த வேண்டும் என்பது அவருடைய நோக்கம் அன்று. உயிர்கள் தம்முடைய சிறுமையை உணர்ந்து, அந்தச் சிறுமையைப் போக்கும் அருட்பெருமானாகிய இறைவனைப் பற்றித் தெரிந்துகொண்டு அவன் அருளுக்கு ஆளாக வேண்டும். அப்போதுதான் உய்யலாம். இந்தக் கருத்தை உலகத்து ஆருயிர்கள் தெரிந்து கொள்ள வேண்டும் என்று அவர் ஆசைப்படுகிறார். தாம் தெரிந்து கொண்டதைப் போலச் சாமான்ய உயிர்களும் தெரிந்துகொண்டால் உலகமே இன்பமயமாகும் என்பது அவர் எண்ணம். இந்த எண்ணத்திற்கு மூலகாரணமாக இருப்பது ஆருயிர்களிடத்தில் அவருக்கு உள்ள அன்பு. ஆகவே இறைவனிடத்தில் விண்ணப்பம் செய்து கொள்கிற அவர் முதலில், "ஆருயிர்கட்கெல்லாம் நான் அன்புசெய்தல் வேண்டும்" என்கிறார். உயிர்களிடத்தில் அன்பு செய்ய இயலாதவன் இறைவனிடத்தில் அன்பு செய்யும் தகுதி இல்லாதவன்.

**"எப்பாரும் எப்பதமும் எங்கணும் நான் சென்றே
எந்தை நினது அருட்புகழை இயம்பியிடல் வேண்டும்."**

இறைவனுடைய சாம்ராஜ்யத்தில் அவனுடைய அருட்புகழை விளம்பரப்படுத்தும் விளம்பர மந்திரியாகத் தாம் இருக்க வேண்டும் என்று அவர் விரும்புகிறார். பிரபஞ்சத்தில் உள்ள எல்லா இடங்களுக்கும், ஏன், எல்லா உலகங்களுக்குமே சென்று அவன் அருளை இயம்ப வேண்டுமாம். அந்த

அருளாலே ஆருயிர்கள் உய்யவேண்டுமென்பது அவர் நோக்கம்.

இப்படி உயிர்களிடத்தில் அன்பு வைத்து இறைவனுடைய அருளை யாசிப்பவர்களுக்கு அது எளிதில் கிட்டும். அப்படி யின்றித் தம்முடைய சகோதரனையே விரட்டி, தம் அண்டை வீட்டாரோடு விரோதித்து, பிச்சைக்கு வருகிற ஏழை எளியவர் களைக் கண்டு இரங்காமல் அடித்துத் துரத்துகிறவர்கள் எத்தனை தான் இறைவனுக்கு அபிஷேகம் செய்தாலும், பூசை செய்தாலும் அவர்களுடைய உள்ளத்தில் இறைவன் அன்பு பிறக்காது. பிறப்பதாகத் தோன்றினால் அது போலி அன்பு.

அறிவும் செயலும்

தாம் சொல்லும் சொற்களில் தமக்கே நம்பிக்கை இல்லாத வர்கள் பிறரை எப்படி நம்பச் செய்ய முடியும்? தாம் சொல்லும் சொற்களுக்குப் பொருள் இன்னது என்று தெரிந்து கொண்டால் போதாது. இலக்கியங்களுக்குப் பொருள் தெரிந்தால் இன்பத்தை நுகரலாம். ஆனால் வாழும் வகை இன்னது என்று சொல்லும் நூல்களுக்குப் பொருள் சொற்பொருள் மட்டுமன்று. தெரிந்து கொண்டவற்றைச் செயலாக மாற்றிக் கொள்வதுதான் அதற்கு முடிவான பொருள். சொல்லின் பொருளை மாத்திரம் தெரிந்து கொண்டு செயலாக ஆக்காமல் சோம்பேறிகளாக வாழ்கிறவர்கள் அந்த நூலைத் தெரிந்து கொண்ட முட்டாள்கள். ஆகவே யாக்கை நிலையாதது என்றும், செல்வம் நிலையாது என்றும் நூலில் படித்து அந்த உண்மைகளுக்குப் பலபடியாக விரிவுரை சொல்வது அவர்களுடைய அறிவைக் காட்டாது. அன்பையும், அநுபவத்தையும் காட்டாது. அவற்றை உண்மையில் உணர்ந்து கொண்டா ரானால் பிற உயிர்களுக்கு இரங்கி தம்முடைய செல்வத்தைப் பிறருக்கும் பங்கிட்டுக் கொடுக்கும் பாங்கு வரும். வாசாஞானம் பேசுகின்றவர்களுக்கு இத்தகைய செயல் இராது. இறைவன் திருவருளும் அவர்களுக்குக் கிடைக்கிறது இல்லை.

கங்கைப் புராணம்

இங்கே ஒரு கதை நினைவுக்கு வருகிறது.

காசியில் கங்கை ஓடுகிறது. அந்தக் கங்கையில் நீராடினால் பாவங்களை எல்லாம் போக்கிக் கொள்ளலாம் என்ற நம்பிக்கை இந்த நாட்டில் பல காலமாக இருந்து வருகிறது. தம்முடைய இறுதிக் காலத்தில் காசிக்குச் சென்று அங்கே உயிர் நீத்துவிட வேண்டும் என்றும், அங்கேயே ஜலசமாதி அடைந்துவிட வேண்டும் என்றும் பல பெரியவர்கள் எண்ணி அங்கே போய் வசிக்கின்றார் கள். காசியின் மகிமையையும், கங்கையின் சிறப்பையும் பலர் விரித்துச் சொல்லியிருக்கிறார்கள். எத்தகைய பாவம் செய்தாலும் ஒரு முறை கங்கையில் நீராடினால் அது போய்விடும் என்று புராணங்கள் விரிக்கின்றன. பிரம்மஹத்தி தோஷமாக இருந்தாலும் கங்கையில் நீராடினால் போய்விடுமாம்.

கங்கையின் புராணத்தை அதன் கரையிலேயே பலர் படித்தும் விரித்தும் சொல்லிக் கொண்டிருக்கிறார்கள். ஆனால் அவர்களுக்கு அதில் எத்தனை நம்பிக்கையோ! ஆண்டவனே அறிவான்.

ஒரு நாள் பார்வதியும், பரமேசுவரனும் பேசிக் கொண்டிருந்தார்கள். அப்போது பார்வதி, "இந்தப் புராணத்தில் கங்கையில் நீராடியவர்களுக்கு எல்லாப் பாவங்களும் போய்விடும் என்று சொல்லியிருக்கிறதே! இது உங்களுக்குச் சம்மதந்தானா?" என்று கேட்டாள்.

"ஆம்; அதில் சந்தேகம் என்ன?" என்றான் இறைவன்.

"அப்படியானால் இங்கே வந்து மூழ்குகிறவர்கள் எல்லோருக்கும் மோட்சத்தில் இடம் இருக்குமா?" என்று பார்வதி கேட்டாள்.

"கங்கையில் மூழ்குகிறவர்கள் எல்லோரும் உண்மையாகவே தம்முடைய பாவம் போகும் என்ற நம்பிக்கை உடையவர்கள் என்று நினைக்கக் கூடாது. எவன் சத்தியமாக அதை நம்பு கிறானோ அவனுக்கே பயன் உண்டு. அப்படி நம்புகிறவர்கள் மிகவும் குறைவு. இதை வேண்டுமானால் உனக்குக் காட்டுகிறேன்" என்றான் இறைவன்.

உடனே இறைவனும் இறைவியும் முதியவர்களாகக் கோலம் கொண்டார்கள். கங்கைக் கரைக்குச் சென்றார்கள். கிழவன் மெல்லக் கங்கையில் இறங்கி நீராட முயன்றான். அப்போது தடுக்கி விழுபவனைப் போல நடித்துக் கங்கை நீரோட்டத்தில் மிதந்தான். அம்பிகையாகிய கிழவி, "ஐயோ, ஐயோ!" என்று கத்தினாள். பலர் ஓடி வந்தார்கள்."ஒரு பாவமும் இதுவரை செய்யாமல் இருக்கிற யாராவது ஒருவர் என்னுடைய கணவரை கரையேற்ற மாட்டாரா?" என்று கெஞ்சினாள்.

வந்தவர்களில் பல பேர் ஒன்றும் புரியாதவர்களைப் போலத் தயங்கினார்கள்."யார் இதுவரையில் ஒரு பாவமும் செய்யாதவரோ அவர்தான் அவரைப் போய் எடுக்க முடியும். இல்லா விட்டால் அவர் கீழே அமிழ்ந்து விடுவார். ஒரு பாவமும் செய்யாதவராக உங்களில் யாராவது இருந்தால் உடனே போய் என் கணவரைக் கரையேற்றுங்கள்" என்று புலம்பினாள் கிழவி.

கங்கைப் புராணத்தைத் தினந்தோறும் படித்துக் கொண்டிருந்த அந்தணர், 'நாம் எத்தனையோ பாவம் செய்திருக்கிறோமே' என்று சும்மா இருந்துவிட்டார். புராணத்தைக் கேட்டுக் கொண்டிருந்தவர்களோ தாங்கள் பாவம் எதுவுமே செய்யாதவர்கள் என்று சொல்லும் தைரியம் இல்லாமல் நின்றார்கள். அங்கே இருந்தவர்கள் எல்லாருமே தங்களைப் பற்றி நம்பிக்கை இல்லாமல், ஒன்றுமே செய்வதற்கு இல்லையே!' என்று வருத்தத்தோடு நின்றார்கள்.

அப்போது யாரோ ஒரு முரடன் ஓடி வந்தான். "ஏன் அழுது கொண்டிருக்கிறீர்கள் அம்மா?" என்று கேட்டான்.

ஒரு பாவமும் செய்யாதவனாக இருந்தால் அதோ மிதக்கிறாரே என் கணவர், அவரைக் கரையேற்ற முடியும். யாராவது எனக்கு உதவி செய்ய முன்வரமாட்டார்களா?" என்று மறுபடியும் கிழவி புலம்பினாள்.

உடனே அந்த ஆள் கங்கையில் ஒரு முழுக்குப் போட்டான். "கங்கையில் மூழ்கினால் எல்லாப் பாவங்களும் போய்விடும். நான் மூழ்கிவிட்டேன். இப்போது ஒரு பாவமும் இல்லாதவன் நான். இதோ நான் போய் உன் கணவரைக் கரையேற்றுகிறேன்" என்று சொல்லி நீந்திப் போய்க் கிழவரை இழுத்துக் கரைக்குக் கொண்டு வந்து சேர்த்தான். முதியவர்களாக வந்த இறைவனும் இறைவியும் மறைந்துவிட்டார்கள்.

இறைவன் அம்பிகையைப் பார்த்து, 'பார்த்தாயா? கங்கையில் ஒரு தடவை மூழ்கினால் எல்லாப் பாவமும் போகும் என்று அந்தப் பௌராணிகர் எத்தனை பேர்களுக்கு உபதேசம் செய்து வருகிறார்! அவருக்கே அதில் நம்பிக்கை இல்லையே! இருந்தால் அவர் அல்லவா முதலில் வந்து என்னை இழுத்துப் போட்டிருக்க வேண்டும்? சொன்னவருக்கும் நம்பிக்கை இல்லை; கேட்டவர்களுக்கும் நம்பிக்கை இல்லை. ஆனால் ஒரு நூலையும் படிக்காமல் முரடனாக இருந்த ஒருவனுக்குத்தான் அந்த நம்பிக்கை உண்மையாக இருந்தது. ஆகவே அவன் செய்தது பலித்தது" என்று சொன்னாராம்.

நம்பிக்கை

"துணிந்தவர் ஈசன் துறக்கம தாள்வார்"

என்பது திருமூலர் வாக்கு.

தாம் உணர்ந்தவற்றைப் பிறருக்கு உரைத்தும் அதில் நம்பிக்கை இல்லாதவர்களுக்கு அது கொஞ்சமும் பயன் அளிக்காது. இறைவனுடைய திருவருள் இன்பத்தைப் பெறும் முயற்சியில் மாத்திரம் அன்று; உலக இயலில் வெற்றிபெற வேண்டுமானாலும் தம்முடைய கொள்கையில் தமக்கே

நம்பிக்கை இருக்க வேண்டும். அப்படி இல்லாமல் ஐயம் உள்ளவர்களுக்கு அந்தக் கொள்கை பயன் அளிப்பது இல்லை.

"சம்சய ஆத்மா விநச்யதி"

என்பது கீதை, எத்தனை படித்தாலும் படித்தவர்கள் உணர்ந்து கொள்வது ஒரு பகுதிதான். உணர்ந்து கொண்டாலும் சந்தேகம் இல்லாமல் தெளிவு அடைந்து கொள்வது மிகவும் சுருங்கிய பகுதியே. அப்படித் தெளிவு கிடைப்பதிலும் அநுபவத்தில் அவற்றைக் கொண்டு வருவது மிகமிகச் சிறிய பகுதியே. அது தான் உண்மையாகத் தெளிந்து கொண்டதாகும். சிறிதளவு அனுபவம் கூட இல்லாமல் கடல் போன்ற கல்வியறிவு இருந்தாலும் அத்தகையவர்களுக்குப் படித்த நூல்களால் ஒரு சிறிதும் பயன் இல்லை. அவர்கள் பேசுகின்ற ஞானத்தினாலும் பயன் இல்லை. அவர்களை விடப் படிக்காமல் ஒரு துளியாவது அனுபவம் பெற்றவன் ஆயிரம் மடங்கு சிறந்தவன்.

அறிவும் அநுபவமும்

விவேகானந்த சுவாமிகள் உலகத்துச் சமய நெறிகளை எல்லாம் தெரிந்து கொண்டவர். நூல்களை எல்லாம் படித்தவர். பெரிய மேதை. ஆனால் அவருக்கு அநுபவம் இல்லை. எதைக் கண்டாலும் சந்தேகமாக இருந்தது. யாராவது பரதேசியைக் கண்டால், "நீ கடவுளைக் கண்டாயா?" என்று கேள்வி கேட்பார். அவருக்கு நூல்கள் உணர்த்தும் சமாதானங்கள் அமைதியை உண்டாக்கவில்லை. ஒவ்வொரு சந்தேகத்திற்கும் நூல் அறிந்தவன் சமாதானம் சொன்னாலும், அதற்குமேல் மற்றொரு சந்தேகத்தைக் கிளப்புகிற அறிவு அவரிடம் இருந்தது. தத்துவ நூல்களைப் படித்திருந்தாலும் மனம் அமைதி பெறவில்லை. பல நூல்களைப் படித்த வேதாந்திகளும், ஞானிகளும் எத்தனையோ பேர் இருந்தார்கள். அவர்களால் அவருக்கு ஒரு பயனும் உண்டாகவில்லை. கடைசியில் ஸ்ரீ ராமகிருஷ்ண பரமஹம்சரிடந்தான் அவர் வாய் அடங்கினார்; செயல்

அடங்கினார்; உள்ளம் அடங்கினார். ராம கிருஷ்ணரோ எழுதப் படிக்கத் தெரியாதவர். என்ன ஆச்சரியம் பாருங்கள்: மகா மேதாவியாகிய விவேகானந்தர் எழுதப் படிக்கத் தெரியாத ஒருவரைக் குருவாக ஏற்றுக் கொண்டார்! தம்முடைய குருவைப் பற்றி உலகம் எல்லாம் முரசு அறைந்து புகழ் பரப்பினார் என்று சொன்னால் ஏதோ விநோதமாகத் தோன்றுகிறது. அதனூடே உண்மை இருக்கிறது. எத்தனைதான் படித்தாலும் அநுபவ உலகத்தில் ஓர் அடிகூட அது வரை எடுத்து வைக்காதவர் விவேகானந்தர். ராமகிருஷ்ண பரமஹம்சரோ அநுபவ உலகத்தில் நடனம் ஆடியவர். அவர் விவேகானந்தருக்குத் தம்முடைய பரிசத்தினாலேயே அநுபூதியை உண்டாக்கினார். அப்போது விவேகானந்தரின் வாய் அடங்கிவிட்டது.

மௌனமும் ஞானமும்

எங்கே மௌனம் தொடங்குகிறதோ அங்கே ஞானம் நிறைவு அடைகிறது. "மோனம் என்பது ஞான வரம்பு" என்று சொல் வார்கள். வாய் பேசுகின்ற போது அதனை 'அநுபூதி நிலை' என்று சொல்ல முடியாது. அநுபூதி பெற்றவர்கள் மௌனமாக இருந்து, பிறகு உலகம் உய்ய வேண்டுமென்று சிலவற்றைச் சொல்வார்கள்.

சொல்வது ஒரு மடங்கு, செய்வது பத்து மடங்காக இருக்க வேண்டும் என்று அரசியல் தலைவர்கள்கூட இப்போது சொல்கிறார்கள். நாட்டில் வளம் நிரம்பவேண்டுமானால் உழைப்பு வேண்டும், உரை அடங்கவேண்டுமென்று பலர் பேசுகிறார்கள். உலக இயலோடு தொடர்புடைய வள வாழ்வுக்கே இந்த நீதி வேண்டுமானால் இறைவனுடன் தொடர்புடைய இன்ப வாழ்வுக்கு இது எத்தனை அவசியம் என்பது சொல்லாமல் விளங்கும். உயிர்க் கூட்டத்தினிடம் உண்மையான அன்பு வைப்பவர்களே இறைவனிடத்தில் அன்பு பாலித்தவர்கள் ஆவார்கள்; அப்படி அல்லாமல் பலபல பேசியும், பிறருக்கு உபதேசம் செய்தும் வாழ்கிறவர்கள் இறைவன் அன்பை உணராதவர்கள்.

ஆத்ம குணம்

ஆருயிர்களிடத்தில் அன்பு வைப்பது ஆத்ம குணங்களுக்குள் ஒன்று. ஆத்ம குணம் இல்லாமல் பக்தி வராது. இறைவனிடத்தில் உண்மையான அன்பு பூண்டவர்களுக்கு இயற்கையாகவே ஆத்ம குணங்கள் நிரம்பி வரும். பிறருடைய துயரத்தைக் கண்டு இரங்கும் உள்ளம் இருக்கும். பசித்தவர்களுக்குக் கிடைப்பதைக் கொடுப்பதும், கொடுக்க முடியாத நிலையில், "ஐயோ இப்படிக் கொடுக்க முடியாமல் இருக்கிறேனே!" என்று இரங்குவதும் அவர்களுடைய இயற்கையாக இருக்கும்.

அப்படியின்றித் தமக்கு வயிறு நிறையத் தின்பதற்குச் சோறு கேட்கிறவர்கள், உடம்பு நிலையாதது என்றும், செல்வம் நிலையாதது என்றும் பேசிவிட்டு, "ஐயா பசி", என்று யாரேனும் வந்தால் எங்காவது போய்விடுவார்களேயானால் அவர்களைப் போல அஞ்ஞானி வேறு ஒருவனும் இல்லை. ஞானமாகிய வேலை ஏந்திய குமரனிடத்தில் அவர்களுக்கு எள்ளளவும் அன்பு இல்லை என்று உறுதியாகச் சொல்லலாம். இத்தகைய போலி ஞானிகள் உலகத்தில் புல்லுருவிகளாக இருக்கிறார்கள். இதனை நினைந்து அருணகிரியார் இந்தப் பாட்டைப் பாடுகிறார்.

நீர்க்குமி ழிக்கு நிகர் என்பர்
யாக்கை;நில் லாதுசெல்வம்;
பார்க்கும் இடத்துஅந்த மின்போலும்
என்பர்; பசித்துவந்தே
ஏற்கும் அவர்க்குஇட என்னின்எங்
கேனும் எழுந்திருப்பார்;
வேல்கும் ரற்கு அன்பி லாதவர் ஞானம்
மிகவும் நன்றே!

[நம் உடம்பு நீர்மேல் தோன்றும் குமிழிக்கு ஒப்பானது என்பார்கள்; செல்வம் நில்லாது; ஆராய்ந்து பார்த்தால் 'அது மின்னலைப் போன்று தோன்றி விரைவிலே மறைந்துவிடும்'

என்பார்கள். யாரேனும் பசியினால் துன்புற்று வந்து, "ஐயா சோறு" என்று பிச்சை கேட்டால், எங்காவது போகவேண்டு மென்று சொல்லி அந்த இடத்தை விட்டே எழுந்து போய் விடுவார்கள். இத்தகையவர்கள் வேலாயுதத்தைப் பிடித்த குமரக் கடவுளிடத்தில் உண்மை அன்பு இல்லாதவர்கள். இவர்களுடைய வாசாஞானம் நல்ல ஞானம்!

வேற்குமரனுக்கு அன்பு உள்ள வாயால் ஒன்றும் சொல்லா விட்டாலும் பசி என்று வந்தவர்களுக்கு இரங்கிச் சோறு அளிப்பார்கள் என்ற கருத்தை இது வேறு வகையில் உணர்த்துகிறது.

யாக்கை நிகர் என்பர். பார்க்குமிடத்து - ஆராயும்போது. அந்த: உலகறி சுட்டு. ஏற்கும் அவர் - இரக்கும் ஏழைகள். எங்கேனும் - ஏதாவது இடத்தை எண்ணி. நன்றே என்றது குறிப்பு மொழி; நன்று அன்று என்ற பொருளை உடையது.]

இது கந்தர் அலங்காரத்தில் 66-ஆம் பாட்டு.

பெறுதற்கரிய பிறவி

1

உயிர்களிடத்தில் இரக்கம் இல்லாமல் தம்முடைய பாட்டைப் பார்த்துக் கொண்டு போகிறவர்கள் வெறும் வாய் வேதாந்தம் பேசிப் பயன் இல்லை என்பதைப் போன பாட்டில் பார்த்தோம். இந்தப் பிறவியினாலே பெறுவதற்குரிய உறுதிப் பொருள் அறம், பொருள், இன்பம் வீடு என்று சொல்வார்கள். அறம், பொருள், இன்பம் ஆகிய மூன்றுமே வீட்டை அடைவதற்குரிய கருவிகளாக இருக்க வேண்டும். அந்த வகையில் சென்ற பாட்டில் அறத்தைப் பற்றிச் சொன்னார். இப்போது இறைவனுடைய திருவடியைப் பணியும் அன்பைப் பற்றிச் சொல்லப் போகிறார். முதலில், இந்தப் பிறவி பெறுவதற்கு அரியது என்று சொல்கிறார்.

இம்மையும் மறுமையும்

பெறுதற்கு அரிய பிறவியைப் பெற்றும்.

"அரிது அரிது மானிடர் ஆதல் அரிது' என்று ஔவைப் பாட்டி சொன்னாள். மற்றப் பிறவிகளைக் காட்டிலும் மனிதப் பிறவிக்கு இரண்டு வகையில் நலம் உண்டு. ஒன்று, பகுத்தறிவு என்னும் உயர்ந்த இலக்கணம் மனிதனுக்கு இருக்கிறது; மற்றொன்று, உலகத்தில் உள்ள விலங்கினங்களையும், பஞ்ச பூதங்களையும் தன் மனம் போனபடி அடக்கி ஆளும் ஆற்றலை அவன் பெற்றிருக்கிறான். அவன் தான் என்ன நினைத்தாலும் அதற்கு ஏற்றபடி வேலைகளைச் செய்யும் வசதி உள்ளவன்.

மனிதன் இம்மை உலகத்தில் எல்லா வகை இன்பங்களும் பெற்று, மறு உலகத்தில் மோட்சத்தை அடைய வேண்டும். இம்மை உலக வாழ்வுக்கு வேண்டிய பொருள்களைப் பிறநாட்டு வாழ்விலே பார்க்கலாம். அமெரிக்காவில் பிறந்திருந்தால் இந்திரிய சுகம் எல்லாவற்றையும் பெறலாம். வேறு சில நாடுகளில் பிறந்திருந்தால் சிறந்த விஞ்ஞான ஆராய்ச்சியில் நிபுணனாக வாழலாம். மனிதப் பிறவியின் பயன் இகலோக வாழ்வு என்று மட்டும் இருந்திருந்தால் அத்தகைய நாடுகளில் பிறப்பது சிறந்த பிறவி என்று கொள்ளலாம். ஆனால் இம்மை வாழ்வு முழுவதும் மறுமை வாழ்வுக்கு அடிப்படையாக இருக்கிறது. இப்போது நாம் கொள்கிற குணங்கள் அனைத்தும் இனி வரும் இன்ப துன்பங்களின் அடிப்படையாக இருக்கின்றன. ஆகவே, வீடடைதல் நம் லட்சியமாக இருந்தால் இந்த வாழ்வு முழுவதும் வீட்டுக் குரிய நெறியாக அமைய வேண்டும். அதற்கேற்ற வசதியை வேறு நாடுகளில் பெறுவதைக் காட்டிலும் பாரத நாட்டில் பெறுவது சிறந்தது.

இறைவன் பூசை

இந்த நாட்டில் இறைவன் பூசைக்குச் சிறப்பு அதிகம். மற்ற நாட்டிலுள்ள மக்களும் இறைவணை வணங்கி வழிபடுகிறார்கள். ஆனால் அவர்களுடைய வழிபாட்டுக்கும் நம் வழிபாட்டுக்கும் வேறுபாடு பல உண்டு. மற்ற நாடுகளில் கூட்டமாகச் சென்று இறைவனை வழிபடுவது வழக்கமாக இருக்கிறது. அவரவர்களுக்கு என்று மடமோ, கோயிலோ வைத்துக் கும்பிடுகிறார்கள். குருநாதன் முன்னிலையில் கூடிக் கூட்டு வழிபாட்டை நடத்துகிறார்கள். கிறிஸ்துவ மதத்தில் ஞாயிறுதோறும் மாதாகோயில் சென்று, பாதிரியார் பிரார்த்தனை செய்ய, எல்லோரும் கூடியிருந்து வழிபடுகிறார்கள். தம் தம் ஆசனத்தில் இருந்து பிரார்த்தனை செய்கிறார்கள். பள்ளிக் கூடங்களில் காலை நேரத்தில் பிரார்த்தனை வகுப்பு நடக்கிற மாதிரி அந்தப் பிரார்த்தனைக் கூட்டம் நடைபெறும். இஸ்லாமிய நண்பர்களும் மசூதிகளில் ஒன்றாகக் கூடி இறைவனை வழிபடுகிறார்கள். தனியேயும்

தொழுவது உண்டு. ஆனாலும் கூட்டமாகச் சென்று தொழுவதிலே அவர்கள் சிறப்பைக் காணுகிறார்கள்.

இத்தகைய கூட்டு வழிபாடு நமக்கும் உண்டு. திருக் கோயிலில் இந்த வழிபாட்டைப் பார்க்கலாம். ஆயிரக்கணக்கான மக்கள் திரண்டு திருவிழாவைக் கண்டு களித்து இன்புறுகிறார்கள். பஜனை மடங்களை நிறுவி வாரந்தோறும் ஒரு நாளில் எல்லோரும் சேர்ந்து பஜனை செய்கிற வழக்கம் இந்த நாட்டில் எங்கும் இருக்கிறது. அதற்கென்றே சில பத்ததிகள் உண்டு. இவை யாவும் மனிதனுக்கு இறைவனுடைய உணர்ச்சியை உண்டாக்க வேண்டு மென்பதற்கான உபாயங்கள்.

தனியாக இருந்து அறிவு தெளிவு பெற்று இறைவனை வழி படுவது என்பது எளிதில் வரும் காரியம் அன்று. மனிதனைச் சமுதாய விலங்கு *(Social Animal)* என்று சொல்வார்கள். மற்றவர் களோடு கூடிக் கூடி அவர்கள் பேசுவது போலப் பேசியும், செய்வது போலச் செய்தும், எண்ணுவது போல எண்ணியும் பழக்கப்பட்டவன் அவன். எந்தக் கூட்டத்தில் ஒரு மனிதன் சேர்ந்திருக் கிறானோ அந்தக் கூட்டத்திற்கு ஏற்ற பழக்க வழக்கங்கள் அவனிடம் வளருகின்றன. சாதி என்றும், சமயம் என்றும், வகுப்பு என்றும், குலம் என்றும் வகுத்திருக்கிற கூட்டங்கள் எல்லாமே ஒருவகைச் சங்கங்களே. சாதிக்கும் சமயத்திற்கும், வகுப்புக்கும் ஏற்ற ஆசார விவகாரங்கள் முன்காலத்தில் வரை யறையாக இருந்திருக்கின்றன. அவை கூட்டமாகச் செய்த முயற்சியின் விளைவு. இந்தியாவில் ஒவ்வொரு சமயத்திற்கும் ஆசாரியர்கள் இருக்கிறார்கள். அவர்களிடத்தில் சென்று உபதேசம் பெற்று வழிபடுகிற முறையும் இருக்கிறது.

தனிப்பூசை

வையெல்லாம் அடிப்படையான முறைகள். தனியாக ஒரு மனிதன் இறைவனைப் பூசை செய்யும் வழக்கம் பாரத நாட்டில் தான் இருக்கிறது. அதற்குக் காரணம் பூசை செய்தல்

என்பதே பல மதங்களுக்கு உடன்பாடு அன்று. பூசை செய்வதற்கு இறைவனுடைய வடிவம் வேண்டும். பலவகை விக்கிரகங்களை வைத்துப் பூசை செய்தும், அந்த விக்கிரகங்களுக்கு ஆலயம் எடுப்பித்து விழா நடத்தியும் பக்தியை வளர்த்தது பாரத நாடு. பல சமயங்களுக்கு விக்கிரகங்கள் உடன்பாடு இல்லை. ஆகையால் தனி மனிதன் பூசை செய்வதற்கு ஏற்ற வாய்ப்பு அந்த மதத்தினர்களுக்குக் கிடைப்பது இல்லை.

தனி மனிதன் பூசை செய்யவேண்டியது அவசியமா? மிகவும் அவசியம். ஊரெல்லாம் சேர்ந்து பொதுவான காரியங்களைத் தங்களுக்கென்று செய்து கொள்கிறார்கள். ஆனால் தனி மனிதன் தனக்காகச் சில காரியங்களைச் செய்து கொள்ளத்தான் வேண்டும். தனக்கென்று தனிப்பட்ட வாயும், வயிறும், உடம்பும் படைத்த மனிதன் தனியே சில முயற்சிகள் செய்து வாழ வேண்டிய அவசியம் இயற்கையில் அமைந்திருக்கிறது. இறைவனிடம் பக்தி செய்ய வேண்டும் என்றும், அவன் திருவருளைப் பெற வேண்டும் என்றும் நாம் சொல்கிறோம். அதற்கு வழி என்ன என்பதை ஆராய்ந்து பார்க்க வேண்டும். பக்தி செய்வதற்குப் புதியதாகத் தனி உடம்பு நமக்கு வரப்போவதில்லை. இருக்கிற உடம்பையும், உள்ளத்தையும், வாக்கையும் கொண்டே பக்தியை வளர்க்க வேண்டும். ஒரு குடியானவன் தன்னுடைய நிலத்தையும், விதையையும், உரத்தையும் கொண்டு பயிர் செய்வது போலத் தான் பெற்றிருக்கிற தனுகரணபுவன போகங்களை வைத்துக் கொண்டே பக்தி என்னும் பயிரை ஒவ்வொரு தனி மனிதனும் விளைவிக்க வேண்டும். இறைவன் குணம் இல்லாதவன், குறி இல்லாதவன் என்று மற்ற சமயங்கள் சொல்வது போலவே நம்முடைய சமயமும் சொல்கிறது. ஆனால் தன்னுடைய கருணை மிகுதியினால் பக்திப் பயிரை உலகில் வளர்க்க வேண்டுமென்று, கரணங்களை உடைய மக்களுக்குப் புலனாக வேண்டி, இறைவன் உருவம் எடுத்துக் கொள்கிறான். இந்தத் தத்துவத்தை நாம் பல காலமாகப் பார்த்துக் கொண்டு வருகிறோம்.

எல்லோரும் சேர்ந்து செய்யும் காரியம் ஓரளவுக்குத்தான் பயனைத் தரும். எல்லோருக்கும் ஒரே மாதிரி பயன் அதனால் உண்டாகாது. பொதுவாகச் சராசரிப் பயன் உண்டாகலாம். ஊருக் கெல்லாம் சேர்ந்து பள்ளிக்கூடம் போட்டால் எல்லோருமே ஒரேமாதிரி படிக்கிறது இல்லை. ஊருக்கெல்லாம் சேர்த்துக் குளம் வெட்டினால் எல்லோரும் அங்கே சென்று ஒரேமாதிரியான பயனைப் பெறுவது இல்லை. ஊருக்கென்று பொதுவாக ஒரு வாசகசாலை அமைத்தால் யாவரும் சென்று நூல்களைப் படித்துப் பயன் அடைவது இல்லை. அவரவர்கள் தங்கள் தங்கள் முயற்சிக்கும், அறிவுக்கும், வாய்ப்புக்கும் ஏற்றபடியே பயனை அடைகிறார்கள். அப்படி அடைந்த அவர்கள் கூட மேன்மேலும் பயனைப் பெறவேண்டுமானால் தனித்தனியே இருந்து முயற்சி செய்து இன்புற வேண்டும்.

ஏதேனும் ஓரிடத்தில் விருந்து நடந்தால் ஒருநாள் எல்லோரும் சேர்ந்து சாப்பிடுகிறார்கள். ஆனால் நாள்தோறும் இப்படியே சாப்பிட்டுக் கொண்டிருக்க முடியாது. அதற்குக் காரணம் ஒவ் வொருவருடைய பசியும், ருசியும், வயிற்றின் நிலையும் வெவ்வேறாக அமைந்திருப்பதுதான். ஒரு செல்வர் வீட்டில் கல்யாணம் நடந்தால் எல்லா நண்பர்களையும் அழைத்துச் சாப்பாடு போடுவார் அவர். அது ஒரு நாள் நடக்கிற செய்தி. மாதம் முப்பது நாளும் அயல் வீட்டு விருந்து உண்பது என்று இருந்துவிட்டால் நிச்சயமாக நம் வயிறே கோளாறாகப் போய்விடும். உணவுச் சாலையில் பலகாலம் தொடர்ந்து சாப்பிடுகிறவர்கள் இத்தகைய குறைக்கு ஆளாகிறார்கள். என்ன இருந்தாலும் தங்கள் தங்கள் வீட்டிலே தங்களுடைய உடம்புக்கும், சுவைக்கும் ஏற்றபடி சமையல் பண்ணச் செய்து சாப்பிடுவது சிறந்தது.

ஒரே வீட்டில் பலர் உணவு அருந்தினாலும் ஒவ்வொரு வருக்கும் ஏற்றபடி சிறப்பான பண்டங்களைத் தாய் சமைக்கிறாள். தன் பிள்ளைகள் எல்லோருக்கும் அவள் ஒரேமாதிரி உணவு தருவது இல்லை. பருவத்திற்கு ஏற்றபடி பண்டங்களைப் பரிமாறுகிறாள். குழந்தைக்கென்று காய்ச்சிய

கஞ்சியைப் பெரியவர்களுக்குக் கொடுப்பதில்லை. வயதானவர்களுக்கென்று பத்தியமாகச் சமைத்த சில பதார்த்தங்களை மற்றவர்களுக்குப் போட மாட்டாள். மருந்து உண்பவர்களுக்கென்று தனியே சிலவகை உணவு நியமங்கள் உண்டு. அவற்றை மற்றவர்கள் உண்பதற்கு மனம் கொள்வதில்லை. அவரவர்களுக்கு ஏற்றபடி சமைத்துப் பரிமாறும் தாய்க்கு மனத்தில் பட்சபாதம் என்பது இல்லை. அவரவர்களுக்கு உடம்புக்கு ஏற்றபடி, உடல் நலத்துக்கு ஏற்றபடி, உணவு கொடுக்க வேண்டும் என்ற நினைப்புதான் இந்த வேறு பாட்டுக்குக் காரணம்.

உணவு ஒருவனுக்கு நன்மையை உண்டாக்க வேண்டும். உடம்புக்குச் சுகத்தை உண்டாக்க வேண்டும். அப்படி இல்லாமல் நோயை உண்டாக்குவதாக இருந்தால் அதனால் பயன் இல்லை. எல்லா உடம்புகளுக்கும் பொதுவாகச் சில இயல்புகள் இருந் தாலும் ஒவ்வொருவருடைய உடம்பு நிலையும் ஒவ்வொரு விதமாக இருக்கிறது. அதனால்தான் யாரேனும் வைத்தியர் ஒருவரிடத்தில் கைகாட்டிப் பழகிவிட்டால் அவரிடமே மீண்டும் காட்டவேண்டும் என்று சொல்கிறோம்.

தனியாகச் செய்தல்

சாப்பிடுகிற விஷயத்தில் தனியே இருந்து சாப்பிட வேண்டும் என்று ஆசாரக்காரர்கள் சொல்கிறார்கள். எல்லோருடனும் சேர்ந்து சமபந்தி போஜனம் பண்ணுவது தவறு என்றுகூட ஒரு கொள்கை முன்பு இருந்தது. ஒரு சமயம் மகாத்மா காந்தியடிகளிடத்தில் சமபந்தி போஜனத்தைப் பற்றி ஒரு கேள்வி கேட்டார்கள். அவர் மிகவும் அருமையான விடை சொன்னார். "சமபந்தி போஜனம் பண்ணலாமா, கூடாதா?" என்பது கேள்வி. "ஒரு காரணத்தைக் கொண்டு நான் கூடாது என்று மறுப்பேன். ஆனால் மற்றொரு காரணத்தைப் பார்த்தால், வேண்டும் என்று ஆதரிப்பேன்" என்று அவர் சொன்னார். அப்படிச் சொன்னதற்குக் காரணங்களையும் காட்டினார். 'சமபந்தி போஜனத்தால் மட்டும் நிச்சயமாக

ஒற்றுமை வரப்போவதில்லை. இளமைப் பருவம் முதற்கொண்டு ஒன்றாகச் சேர்ந்து உண்டு வளர்ந்த அண்ணன் தம்பிகளே ஒருவருக்கொருவர் அடிதடி சண்டை போட்டுக் கொள்கிறார்கள்; சொத்துப் பிரிவினைக்கு வழக்குச் செய்கிறார்கள். ஆகவே வெறும் சமபந்தி போஜனம் மாத்திரம் ஒற்றுமையை உண்டாக்காது. அது மாத்திரம் அல்ல. தனி மனிதன் உடம்போடு சம்பந்தப்பட்ட எல்லாக் காரியங்களையும் தனியாக இருந்து செய்து கொள்கிறான். குளிப்பது, மலஜலம் கழிப்பது, இன்பம் உறுவது ஆகிய காரியங்களைத் தனியாகச் செய்கிறான். பிறர் காண அவற்றைச் செய்வது அநாகரிகம் என்று நினைக்கிறான். உண்ணுவதும் சரீர சம்பந்தமான காரியம். ஆகையால் தனித்து உண்ணுவதில் தவறு இல்லை. ஆனால் தனித்து உண்ணுவதும் தவறாகின்ற நிலை ஒன்று உண்டு. நான் உயர்ந்த சாதியைச் சேர்ந்தவன்; மற்றவன் தாழ்ந்த சாதியைச் சேர்ந்தவன்; ஆகையால் நான் தனியே உண்ண வேண்டும் என்ற மனோ பாவம் இருந்தால் அப்போது தனித்திருந்து உண்பது தவறு. நான் உண்பதைப் பிறர் காணக்கூடாது; கண்டால் நாணமாக இருக்கும் என்று எண்ணி ஒருவன் தனித்திருந்து உண்டால் அது தவறாகாது. அது அவரவர்களுடைய உடம்புக்கு ஏற்ற காரியம்" என்று காந்தியடிகள் விடையிறுத்தார்.

தனி வழிபாடு

உடம்பின் நலத்தைக் குறித்து ஒவ்வொருவரும் தனித் தனியே உண்ணுவது அவசியமானால் உள்ளத்திற்கு உணவாக இறைவனுடைய திருவுருவத்தைத் தனித்திருந்து வழிபடுவதும் தியானித்தலும் மிகவும் அவசியம். பொதுவாக ஆலயத்தில் சென்று இறைவனுடைய திருவுருவத்தைக் கண்டு வழிபடலாம். அதற்கு மேலும் முயற்சி செய்யாவிட்டால் அந்தத் திருவுருவம் உள்ளத்தில் பதியாது. காவிரிக்குப் போய்க் குடத்தில் தண்ணீர் எடுத்துக் கொண்டு வருகிற தாய் அப்படியே கொண்டு வந்து வைத்துவிடுவது இல்லை. அதைச் சிறிய பாத்திரங்களில் மொண்டு எடுத்து வேண்டிய காரியங்களுக்குப் பயன்படுத்திக் கொள்கிறாள். அதைப்

போலவே ஆலயத்திற்குச் சென்று மனத்தைத் தூய்மையாக்க இறைவனுடைய திருவுருவத்தைக் கண்ணால் கண்டு கருத்திலும் பதிய வைத்துக் கொண்டு வீட்டுக்கு வந்து தனியே இருந்து தியானம் செய்ய வேண்டும். தரிசனம் செய்வது கூட்டத்தில் இருந்தாலும் தியானம், பூசை செய்வது தனியாகத்தான் இருக்க வேண்டும். தியானமும், பூசையும் ஒவ்வொரு மனிதனுக் கும் தனித்தனி நிலையில் அமைவன.

இப்படித் தனியாக இருந்து பூசை செய்வதும், தியானம் செய்வதும் ஆகிய காரியங்களைப் பாரத நாட்டில் உள்ள சமயங்களே வற்புறுத்திச் சொல்கின்றன. தனியாக ஒருவன் பூசை செய்ய வேண்டியதன் அவசியத்தை நம்முடைய நாட்டுச் சமயத்தார் எல்லோரும் வற்புறுத்துகிறார்கள். இதற்காகத் தீட்சை செய்து கொள்கிறார்கள். நமக்கு வழிகாட்ட வந்த ஆசார்யர்களும் நாம் தனித்திருந்து பூசை செய்ய வேண்டும் என்பதை வற்புறுத்து வதற்காகத் தனியாகப் பூசை செய்து காட்டுகிறார்கள்.

கோயிலில் உள்ள விக்கிரகத்தை நாம் பூசை செய்ய முடியாது. அதற்கு உரிமை முப்பொழுதும் திருமேனி தீண்டுவார் ஆகிய ஆதி சைவர்களுக்குத்தான் உண்டு. ஆனால் ஒவ்வொருவரும் நினைத்தால் தனித் தனியே பூசை செய்ய முடியும். நம்முடைய வீட்டைக் கோயிலாக்கி, அங்கே விக்கிரகத்தை அமைத்துப் பெரியவர்களிடம் உபதேசம் பெற்று நன்றாகப் பூசை செய்யலாம். எல்லோருமே உணவுச் சாலையில் சாப்பிட வேண்டுமென்ற விதி வந்துவிட்டால் மனிதனுக்கு நோய் நிச்சயமாக வந்துவிடும். தனித்தனியே அவனவன் விருப்பப்படி சமைத்துச் சாப்பிடலாம் என்ற வகை இருப்பதனால் நாம் உய்கிறோம். அதுபோலவே ஆலயத்திற்குச் சென்றோ, கூட்டத்தில் இருந்தோ வழிபட்டால் போதும் என்றால் நிச்சயமாக மனிதனுடைய உள்ளத்தில் பக்தி உறைக்காது. கூட்டத்தில் இருந்து வழிபடுவதோடு மாத்திரம் நில்லாது, தனியே இருந்து தன் இயல்புக்கு ஏற்றபடி குறிப்பாகத் தினந்தோறும் சிறிது நேரம் பூசை செய்து தியானித்துப் பக்தியை வளர்த்து வரவேண்டும்.

இதற்கு ஏற்ற முறைகளை நம்முடைய நாட்டுப் பெரியவர்கள் அமைத்திருக் கிறார்கள்.

கோயில்களில் திருவிழாக்கள் நடைபெறுகின்றன. பல சிறந்த தினங்களில் நாமும் நம்முடைய வீட்டிலே விசேஷ பூசை செய்யலாம். ஒவ்வொரு நாளும் இரண்டு மூன்று முறையும் பூசை செய்யலாம். அப்படிப் பூசை செய்கிற பக்தர்கள் இன்றும் பலர் இருக்கிறார்கள்.

எல்லோரும் பூசை செய்யலாம்

ஆகமம், வேதம் முதலியவற்றிலே சிறந்த திறமை பெற்றவர்கள் தாம் பூசை பண்ணவேண்டும் என்பது இல்லை. தம்முடைய வீட்டில் ஒரு படத்தை வைத்துத் தேவாரமோ, திருவாச கமோ, திவ்யப்பிரபந்தமோ, திருப்புகழோ சொல்லி மலரிட்டு வழிபடலாம். அதை யாரும் தவறு என்று சொல்வதில்லை. பூசை செய்வதில் பலவகை முறைகள் உண்டு. வெவ்வேறு சிறந்த வரையறைகளைப் பெரியவர்கள் சொல்லியிருக்கிறார்கள். பள்ளிக்கூடத்திற்குப் போகிறவன் அரிச்சுவடி வகுப்பில் இருந்து கல்லூரி வகுப்பு வரைக்கும் படித்துக் கொண்டு போகிறான். அது போலவே உபாசனா முறையிலும் யந்திர தந்திர மந்திரங்கள் வேறுபடுகின்றன. எந்த மந்திரத்தையும் உபதேசம் பண்ணிக் கொள்ளாமல், எந்தப் பூசை முறையையும் தெரிந்து கொள்ளாமல் இருக்கிறவனும் தன்னுடைய மனத்துக்கு இசைந்த திருவுருவ முள்ள படத்தை வைத்து அவனுடைய நாமங்களைச் சொல்லி மலரிட்டு வணங்கலாம். நாம் உண்ணுகின்ற உணவை நிவேதன் மாகப் படைக்கலாம். அந்தப் படத்திற்கு முன்னால் கீழே விழுந்து வணக்கம் புரியலாம். இப்படிச் செய்வது அடுத்தபடிக்குப் போவதற்கு உபயோகமாக இருக்கும். இத்தகைய பழக்க வழக்கங்களை இந்த நாட்டுப் பெரியவர்கள் நமக்குச் சொல்லித் தந்திருக்கிறார்கள். இறைவனுக்கு வடிவமும், திருநாமமும் வகுத்து அவற்றை எந்த நிலையில் இருப்பவர்களும் பயன்படுத்திக்

கொள்ளும்படியாக மிக எளியமுறையை வகுத்திருக்கிறார்கள். இத்தகைய முறை வேறு நாட்டில் கிடைப்பது இல்லை.

நம்முடைய உள்ளத்திற்கு ஏற்ற வழிபடு தெய்வத்தைத் தனியே நிறுவி அதற்குரிய யந்திர மந்திரங்களைத் தெரிந்து கொண்டு முறைப்படி வழிபடுவதில் பேரநுபவம் அடைந்த பல மகான்கள் இந்த நாட்டில் இருந்தார்கள். இப்போதும் இருக்கிறார்கள். அவர்கள் பிறக்கும்போது மகான்களாகப் பிறப்பதில்லை. பிறந்த பிறகு தம்முடைய மனம், வாக்கு, காயம் ஆகிய எல்லாவற்றையும் இறைவனுடைய பூசை, தியானம் முதலியவற்றில் செலுத்தி முறுகிய தியானத்தால் பெரியவர்களாகியிருக்கிறார்கள். அந்த நிலை யாருக்கும் கிடைக்கும். வேதம் ஓதுபவர்களால் மாத்திரந் தான் அதைப் பெறமுடியும் என்ற வரையறை இல்லை. தில்லை வாழ் அந்தணர்கள் அறுபத்து மூன்று நாயன்மார்களில் முதலில் சொல்லப்படுகிறார்கள். ஆனால் அதே நாயன்மார் கூட்டத்தில் அந்தக் காலத்தில் தீண்டாத சாதியில் பிறந்த திருநாளைப் போவாரும் இருக்கிறார். அவருடைய பக்தியையும் ஆண்டவன் ஏற்றுக் கொண்டான். இன்று அந்தப் பெருமான் நாம் வழிபடும் தெய்வக் கூட்டங்களில் ஒருவராக இருக்கிறார். அப்படியே அந்தணர் குலத்தில் பிறந்தவராகிய பெரியாழ்வாரும் போற்றுகின்ற நிலை பெற்றார்; பாணர் குலத்தில் பிறந்த திருப்பாணாழ்வாரும் போற்றப் பெறுகிறார். பாணர் குலம் அந்தக் காலத்தில் இழிந்த குலமாக நினைக்கப்பட்டது. அப்படி இருந்தும் அவரும் இறைவன் திருவருளைப் பெற்று உய்ந்தார். இவற்றால், தனிமனிதர்கள் தம்முடைய முயற்சியினால் இறைவனை வழிபட்டுப் பூசை செய்து பெறுதற்கரிய பேற்றைப் பெறலாம் என்பதும், அதற்கு ஏற்ற வசதிகள் எல்லாம் இந்த நாட்டில் இருக்கின்றன என்பதும், அந்த நம்பிக்கையை ஊட்டுகின்ற பழக்க வழக்கங்கள் இந்த நாடு முழுவதும் இருக்கின்றன என்பதும் புலனாகின்றன.

ஆகவே, 'பெறுதற்கரிய பிறவியைப் பெற்றும்' என்று அருண கிரியார் சொல்லும்போது அவர், 'வாயும், அறிவும், கையும்,

காலும் உடைய மனிதனாகப் பிறந்திருக்கிறோம்' என்பதை மட்டும் நினைக்கவில்லை. 'இறைவனைத் தனியே இருந்து வழிபட்டு வரவரப் பக்குவம் முதிர்ந்து அவன் திருவருளுக்கு ஆளாகும் வாய்ப்புடைய இந்த நாட்டில் மனிதனாகப் பிறந்தேனே! என்ற நினைப்போடு பாடுகிறார்.

விலங்குகள் பூசித்தல்

இறைவனைத் தனியே இருந்து பூசை பண்ண வேண்டியதன் அவசியத்தை வேறு ஒருவகையிலும் இந்த நாட்டார் வற்புறுத்தியிருக்கிறார்கள். யாராவது ஒரு பையன், வசதி உள்ளவன், பள்ளிக் கூடத்திற்குப் போய்ப் படிக்காவிட்டால் அவனுடைய தந்தையார், "அடே பைத்தியக்காரா! அதோ பார். பிச்சை எடுக்கிற அந்த ஏழைப் பையன் எவ்வளவு நன்றாகப் படிக்கிறான்! நீ இப்படி இருக்கிறாயே!" என்று சுட்டிக்காட்டுவது வழக்கம். அது போலவே பிறவிகளில் சிறந்த மனிதப் பிறவி எடுத்தும் வழிபாடு செய்யாமல் இருக்கிறவர்களுக்கு, மற்றப் பிறவிகளாகிய விலங்கினங்கள் கூட இறைவனைத் தனியே வழிபட்டு நன்மை அடைந்திருக் கின்றனவே என்பதைப் பெரியவர்கள் புராணங்களின் மூலம் நினைப்பூட்டுகிறார்கள். புழுவும் பூச்சியும் ஆண்டவனுடைய திருவுருவத்தை வழிபட்டு நல்ல பேறு பெற்றன என்று தல புராணங்கள் சொல்கின்றன.

திருச்சிக்கு அருகில் திருஎறும்பூர் என்ற தலம் இருக்கிறது. இப்போது அதைத் திருவரம்பூர் என்று வழங்குகிறார்கள். திருச்சியில் இருந்து தஞ்சைக்கு வரும் வழியில் அந்தத் தலம் இருக்கிறது. சிறிய குன்று. அங்கே எறும்பு ஆண்டவனைப் பூசை பண்ணிப் பேறு பெற்றதாம். திருவானைக்காவல் என்ற தலத்தைப் பற்றிக் கேட்டிருப்பீர்கள். அங்கே யானை பூசை பண்ணியதாம். சிலந்தி பூசை பண்ணியதாம். ஒரு நாவல் மரத்தின் அடியில் சிவ பெருமான் லிங்க உருவத்துடன் தோன்றினான். ஒரு சிலந்திக்கு அந்தப் பெருமானிடத்தில் பக்தி உண்டாயிற்று. 'பெருமான் வெயிலில் காய்கிறானே' என்று மனம் வருந்திய சிலந்தி லிங்கத்தின் மேல் பந்தல்

போட்டது போல வலை பின்னியது. ஆண்டவனுக்கு இந்த வழியிலாவது தொண்டு செய்யலாம் என்ற அறிவு அதற்கு இருந்தது. தன்னுடைய இயல்புக்கு ஏற்றபடி விதானம் போலக் கூடு கட்டித் தொண்டு செய்தது.

அந்தப் பெருமானிடத்தில் ஒரு யானைக்கும் பற்று உண்டாயிற்று. அது தன்னுடைய இயல்புக்கு ஏற்பப் பூசை செய்யத் தொடங்கியது. காவிரி ஆற்றுக்குச் சென்று தன் துதிக்கையில் தண்ணீர் எடுத்து வந்து சிவலிங்கப் பெருமானுக்கு அபிஷேகம் செய்தது. லிங்கத்தின் மேலே சிலந்திக் கூடு இருப்பதைப் பார்த்து அதைக் குலைத்து விட்டது. யானை போன பிறகு சிலந்தி வந்தது. தான் கட்டிய கூடு குலைந்துவிட்டதே என்ற கோபம் அதற்கு வரவில்லை. எம்பெருமான் வெயிலில் காய்கிறானே என்று மனம் இரங்கி வருந்தியது. மறுபடியும் ஒரு நாழிகையில் வலை பின்னிக் கூடு கட்டிவிட்டது. மறுநாள் அந்த யானை கூட்டைப் பார்த்து மறுபடியும் கலைத்துவிட்டது. யானை கலைப்பதும், சிலந்தி மீட்டும் கூடு கட்டுவதுமாக நடந்து வந்தது.

ஒருநாள் சிலந்தி, "இதை யார் செய்கிறார்கள் என்று பார்க்க வேண்டும்" என்று நினைத்தது. வலை கட்டின பிறகு அங்கே தங்கிக் கவனித்தது. அப்போது துதிக்கை நிறையத் தண்ணீரை முகந்து வந்து யானை அபிஷேகம் செய்தது. சிலந்திக் கூட்டையும் துதிக்கையினாலே குலைத்தது. அந்தச் சமயம் பார்த்துச் சிலந்தி யானையின் துதிக்கையினுள் புகுந்து குடைய ஆரம்பித்தது. யானையோ வலி தாங்க முடியாமல் துதிக்கையை நீட்டித் தரையில் அறைந்தது. அதனால் சிலந்தியும் இறந்து போயிற்று; யானையும் இறந்துவிட்டது. அந்த யானை சிவ கணங்களில் ஒருவராக ஆகிவிட்டது. சிலந்தி என்ன பதவி பெற்றது தெரியுமா? பெரிய அரசனாகப் பிறந்தது.

கோச்செங்கட் சோழன்

சோழச் சக்கரவர்த்திகளுக்குள் கோச்செங்கட்சோழன் என்று ஓர் அரசன் இருந்தான். அவனை, திருவானைக்காவில் ஆண்டவனை வழிபட்ட சிலந்தியின் மறுபிறவி என்று சொல்வார்கள்.

"சிலந்தியும் ஆனைக் காவில் திருநிழற் பந்தர் செய்து
உலந்தவன் இறந்த போதே கோச்செங்க ணானு மாகக்
கலந்தநீர்க் காவிரி சூழ் சோணாட்டுச் சோழர் தங்கள்
குலந்தனிற் பிறப்பித் திட்டார் குறுக்கைவீ ரட்ட னாரே"

என்று அப்பர் சுவாமிகள் இந்த வரலாற்றைக் குறிக்கிறார்.

கோச்செங்கட் சோழன் என்பவன் சங்ககாலத்தில் இருந்த ஓர் அரசன். அவன் பிறந்த கதையே மிகச் சுவை பொருந்தியது. அவனை அவன் தாய் கருவுற்றிருந்தாள். அவன் எந்த நேரத்தில் பிறந்தால் மிக்க புகழ் உடையவனாக விளங்குவான் என்று சோதிடர்கள் எல்லாம் சேர்ந்து ஆராய்ந்தார்கள். ஒரு குறிப்பிட்ட நேரத்தில் பிறந்தால் அவன் சிறந்த அரசனாக ஆட்சி புரிந்து விளங்குவான் என்று சோதிடர்கள் சொன்னார்கள். குறிப்பிட்ட நேரத்தில் பிறக்கச் செய்வது என்பது நம்மால் இயலுகிறது அல்லவே! ஆனாலும் மருத்துவர்கள் எல்லோரும் சேர்ந்து ஒரு காரியம் செய்தார்கள். இன்னும் ஒரு முகூர்த்தம் சென்று பிறந்தால் அவன் சிறந்தவனாக இருப்பான் என்று தெரிந்து, அதற்கு என்ன வழி என்று ஆராய்ந்தார்கள். கரு உற்றிருந்த அரசியைத் தலையைச் சற்றுத் தாழ்த்தியும், கால் மேலாக இருக்கும் படியும் படுக்க வைத்தார்கள். இப்படி,பிறக்க வேண்டிய நேரம் கழிந்து, உரிய வேளையில் பிறப்பதற்கு ஏற்பாடு செய்தார்கள். தாய் வயிற்றில் சற்று நேரம் கடந்து இருந்தமையினால் அவன் பிறந்தபோதே இரு கண்களும் இரத்தம் குழம்பிச் சிவந்திருந்தது. அதனால் அவனுக்குக் கோச்செங்கட் சோழன் என்ற பெயர் வந்தது. இவ்வாறு ஒரு வரலாறு வழங்கி வருகிறது.

சிலந்தியாக இருந்தவனே இறைவனை வழிபட்ட புண்ணியப் பேற்றால் கோச்செங்கட் சோழனாகப் பிறந்தான் என்று திரு வானைக்காப் புராணம், தேவாரம் முதலிய நூல்கள் சொல்கின்றன. கோச்செங்கட் சோழன் சிவபெருமானுக்குப் பல கோயில்களைக் கட்டினான். திருமாலையும் வழிபட்டான். அவன் கட்டிய கோயில்கள் தனிச் சிறப்புடையவை. மாடக் கோயில்களைக் கட்டினான். போன பிறவியில் யானையினால் தான் கட்டிய வலை சிதைந்தமையினால் இந்தப் பிறவியில் யானை ஏற முடியாத கோயில்களைக் கட்டினான் என்று சொல்வது உண்டு. அவன் எழுபத்திரண்டு கோயில்களைச் சிவபெருமானுக்கு எடுப்பித்தான் என்பதைத் திருமங்கையாழ்வாரே சொல்லியிருக்கிறார்.

"இருக்கிலங்கு திருமொழிவா யெண்டோ ளீசற்கு
எழில்மாட மெழுபதுசெய் துலக மாண்ட திருக்குலத்து
வளச்சோழன் சேர்ந்த கோயில் திருநறையூர் மணிமாடம்
சேர்மின்களே."

முன் பிறவியில் சிலந்தியாக இருந்து வழிபட்ட பெருமை யினால் கோச்செங்கட் சோழனாகப் பிறந்து உலகத்தை ஆண்டு சிறந்திருந்தான் என்ற இந்தக் கதையை ஆராய்ச்சிக் கண் கொண்டு பார்ப்பதில் பயன் இல்லை. அந்தக் கதையின் கருத்து, அறிவற்ற பிராணியும் இறைவனை வழிபட்டால் நல்ல பயன் பெறும் என்பதே.

சிலந்தி பூசை பண்ணின மற்றொரு தலம் உண்டு. அது காளஹஸ்தி. கழுதையும் பூசை பண்ணின இடம் உண்டு. திருக்கர புரத்தில் கழுதை வழிபட்டு நலம் பெற்றது. யானை பூசை பண்ணின இடம் திருவானைக்கா மட்டும் அல்ல; திருக்காளத்தியிலும் பூசை பண்ணியது. பாம்பு பலவிடங்களில் பூசை பண்ணிப் பேறு பெற்றதாகக் கதை உண்டு.

இப்படிக் குரங்கு வழிபட்ட இடம், பசு வழிபட்ட தலம், வண்டு வழிபட்ட தலம், மான் வழிபட்ட தலம் என்று பல தலங்கள் உண்டு; தலபுராணங்களைப் பார்த்தால் தெரியவரும். அவற்றையெல்லாம் பார்க்கும்போது 'அவைகளே பூசை பண்ணிப் பேறு பெற்றிருக்கின்றனவே; பெறுதற்கு மிகவும் அரிய பிறவியாகிய மனிதப் பிறவியை எடுத்திருக்கும் நாம் சும்மா இருக்க லாமா?' என்ற இரக்கம் நமக்குத் தோன்ற வேண்டும். இது தான் புராணங்களைப் படிப்பதன் பயன்.

விலங்குகளின் அறிவு

பறவை முதலியவை பூசை பண்ணுமா? என்று ஒருவர் கேட்டார். "ஞான சம்பந்தர் முதலிய பெரியவர்கள் சொல்லியிருக் கிறார்களே!" என்று நான் சொன்னேன். "அவர்கள் ஏதாவது காரணத்தைக் கொண்டு சொல்லியிருக்கலாம். அதற்கு வேறு ஏதாவது பொருள் இருக்கலாம். வண்டு நேராகப் பூசை பண்ணி யது என்று என்னால் நம்பமுடியவில்லை" என்று அந்த அன்பர் சொன்னார். வண்டு பக்தியுடன் பூசை பண்ணிற்றா இல்லையா என்பதைத் தெரிவதற்கு முன், அதற்கு உள்ளம் உண்டா இல்லையா என்ற ஆராய்ச்சி செய்ய வேண்டும். பிறருடைய உள்ளத்தில் இருப்பதை அறிந்து கொள்ள நமக்கு ஆற்றல் இல்லாதபோது மற்றப் பிராணிகளின் உள்ளத்தைப் பற்றி ஆராய நமக்குச் சக்தி ஏது? பிராணிகளுக்கும் மனம் உண்டு; அறிவு உண்டு. நாய் தன் எசமானனை அறிந்து கொள்கிறது. கன்று தன் தாயை அறிந்து கொள்கிறது. எல்லா விலங்கினங்களும் உண்ணுவது எது, உண்ணாதது எது என்பதை அறிந்து கொள்கின்றன. இவற்றைக் கொண்டு பார்த்தால் நம்மைக் காட்டிலும் அவற்றிற்கு அறிவு குறைவாக இருக்கலாம் என்று சொல்லலாமேயன்றி, அறிவே இல்லையென்று சொல்ல முடியாது.

"புழுவாய்ப் பிறக்கினும் புண்ணியா உன்னடி என்மனத்தே
வழுவா திருக்க வரந்தர வேண்டும்"

என்று அப்பர் சுவாமிகள் வேண்டுகிறார். புழுவுக்கும் மனம் இருக்கிறது என்றும், அந்த மனத்தில் இறைவன் அடியை நினைக்கக் கூடிய வாய்ப்பு இருக்கிறதென்றும் அதிலிருந்து ஊகித்துக் கொள்ளலாம்.

வண்டு கோயிலுக்குள் சென்று இறைவனைச் சுற்றுகிறது. குருக்கள் போகிற இடத்திற்கு எல்லாம் அதுவும் போகிறது. நம்மால் அப்படிப் போக முடியாது. அதைக் காணும்போது, அந்த வண்டு இறைவனை வலம் வருவதாக எண்ணிக் கொள்ளலாம். கூர்ந்து அறிவதற்குரிய ஆற்றல் நம்மிடத்தில் இல்லாதபோது அது பூசை செய்யவில்லையென்று சொல்லுவது நியாயமாகாது. நமக்கு ஒன்று தெரியவில்லை யென்பதனால் அந்தப் பொருளே இல்லையென்று சொல்வது முறை அன்று.

விலங்குகளின் மொழி

பிராணிகளுக்கு அறிவு உண்டு. அவற்றுக்கும் தனித்தனியே மொழி உண்டு. நம்முடைய மொழியைப் போல வளப்பம் பெற்றதாக இல்லாவிட்டாலும் சிலவகை ஒலிக் குறிப்புகளால் பிராணிகளும் பேசுகின்றன. காக்கைக்கும் பேசுகின்ற ஆற்றல் உண்டு. நம்மைப் போன்ற ஒலி விரிவுடன் அது பேசுவது இல்லையென்பதே வேறுபாடு. பாரதியார் காக்கையின் பேச்சைக் கவனித்துக் கிட்டத்தட்ட முப்பது வகையான ஒலிகளை அது ஒலிக்கிறது என்று எழுதியிருக்கிறார். மலைக் காட்டில் வாழ்கிற குடிகளுக்குப் பிராணிகளின் ஒலியைக் கண்டு அவற்றின் உள்ளக் குறிப்பை அறியும் அறிவு இருக்கிறது. நம்மைப் போலச் சொற்பொழிவு ஆற்றவும், ஒருவரை ஒருவர் வைது கொள்ளவும், பயன் இல்லாமல் பேசவும் விலங்குகளுக்கு வாய் இல்லை. ஆனாலும் அவற்றினுடைய இயல்புக்கு ஏற்றபடி ஓரளவு ஒலிக் குறிப்புகள் இருக்கின்றன.

அறுபத்து மூன்று நாயன்மார்களுள் சேரமான் பெருமாள் நாயனார் ஒருவர். அவர் சேர மன்னர். வஞ்சிமா நகரத்தில்

இருந்து ஆட்சி புரிந்து வந்தார். அவருக்கு இறைவனிடத்தில் இடையறாத பக்தி. சுந்தரமூர்த்தி சுவாமிகளின் தோழராக இருந்தவர். அவர் தவம் செய்து கொண்டிருந்தார். ஆட்சி புரியும் பாரத்தை ஏற்காமல் விலகி இருந்தார். ஆனாலும் பெரியவர்கள் எல்லோருமாகச் சேர்ந்து, "நீங்கள் ஆட்சி புரியத்தான் வேண்டும்" என்று சொன்னார்கள். இறைவனுடைய திருத்தொண்டை மறவாமல் அரசாண்டு வந்தார் அவர். இறைவனைப் பூசித்து ஒரு வரம் கேட்டார். "எல்லா வகையான விலங்குகளும் பேசும் பேச்சுக்கள் எனக்குத் தெரியவேண்டும்" என்று கேட்டார். மனிதர்களுடைய உள்ளம் அறிந்து அரசாட்சி புரிவதோடு, பசு, பட்சி முதலியவற்றினுடைய பேச்சையும் உணர்ந்து, அவற்றுக்கும் ஒரு குறை இன்றி அந்த ஆருயிர்களுக்கும் இன்பம் தருகிற வகையில் ஆட்சி செய்ய வேண்டு மென்று அவர் நினைத்தார். அதனால் எல்லா விலங்குகளின் மொழிகளும் தமக்குத் தெரிய வேண்டுமென்று இறைவனை யாசித்து வரம் பெற்றார். எந்தப் பிராணியும் கழறுவதைத் தெரிந்து கொள்ளும் ஆற்றல் பெற்றமையினால் அவருக்குக் கழறிற்றறிவார் என்ற பெயர் உண்டாயிற்று.

இந்த வரலாறு, பிராணிகளுக்குப் பேச்சு உண்டென்றும், அதற்கு மூலகாரணமான சிந்திக்கும் திறன் உண்டென்றும் தெரிந்துகொள்ள உதவுகிறது. மனம் இருக்கும்போது உணர்வு இருக்கும். பெரும்பாலான விலங்கினங்களுக்கு இறைவனைப் பூசிக்கும் பக்தி இல்லாமல் இருக்கலாம். ஆனால் மனிதர்களிலே பலர் அப்படி இல்லையா? மனிதர்களுள் சிலர் எப்படி இறை வனை இடையறாது பூசித்து, இறைவன் வடிவத்தைச் சிந்திக்கும் ஆற்றல் அதிகமாகப் பெற்றிருக்கிறார்களோ அவ்வாறே விலங் கினங்களிலும் சில பெற்றிருக்கலாம். அதை உள்ளபடி தெரிந்து கொள்வதற்கு நமக்கு ஆற்றல் போதாது.

ஆராய்ச்சியும் இரக்கமும்

எறும்பு முதலிய பிராணிகள் இறைவனைப் பூசித்தன என்று நூல்களில் சொல்லியிருப்பதைப் பார்க்கும் போது நமக்கு ஆராய்ச்சி பிறக்கிறது. அதற்குப் பதிலாக உயர்ந்த பகுத்தறிவைப் படைத்த நாம் இறைவனை இன்னும் வழிபடவில்லையே என்ற இரக்கந் தான் தோன்றவேண்டும். ஆராய்ச்சியினால் எதையும் சாதித்துக் கொள்ள முடியாது. எறும்பு பூசை பண்ணினதோ இல்லையோ அதைப் பற்றி இப்போது நமக்குக் கவலையில்லை. எறும்பு பூசை பண்ணினது நிச்சயம் என்று அதன் சரித்திரத்தை எழுதி உலகம் எல்லாம் தெரிந்துகொள்ளும்படி பரப்புவது நம் கடமை அல்ல. நம் வாழ்க்கைக்கு அந்தச் செய்தியினால் ஏதாவது உண்மையான பலன் உண்டா என்று பார்க்க வேண்டும். எறும்பும் இறைவனை வழிபடும்போது கரசரணாதி அவயவங்களில் சிறந்தவற்றைப் பெற்ற நாம் வாளா இருக்கிறோமே என்ற நினைவு உண்டாவதற்கு அத்தகைய வரலாறுகள் உதவுகின்றன.

அறிவின் பயன்

மனிதனுக்கு உள்ள அவயவங்கள் மிகச் சிறந்தன. அவனுடைய அறிவும் ஆற்றலும் வேறு எதற்கும் இல்லை. நமக்குக் கைகால்கள் கொடுத்திருப்பது இறைவன் திருக்கோயிலை வலம் வந்து கும்பிடுவதற்காகத்தான். நம் கரங்களால் மலர்களைப் பறித்து இறைவன் திருவடிக் கீழே இட்டு அருச்சித்து வழிபட வேண்டும். ஆண்டவன் நமக்கு அறிவு தந்திருக்கிறான். உலகம் அழிந்து போவது என்றும், மனித யாக்கை நிலையாதது என்றும் அநுபவத்தினால் கண்டு, அதனை நினைந்து பார்க்கிற ஆற்றலைப் பெற்றிருக்கிறோம். முன்னால் நிகழ்ந்த நிகழ்ச்சிகளைக் கண்டு, பின்னாலும் இப்படி நிகழும் என்று தெளிந்து கொள்ளும் அறிவு நமக்கு இருக்கிறது. அயல் வீட்டில் ஒருவன் இறந்து போனால் அதைப் போலவே நாமும் இறக்கும் சமயம் ஒன்று உண்டென்று அறிய அந்த அறிவு பயன்பட வேண்டும்.

உலகமாகிய படைப்பு இருக்கும்போது அதற்கு மூலகாரணமாக ஒருவர் இருக்கவேண்டு மென்று ஆராய அறிவு துணை செய்யும். அவனுக்கும் நமக்கும் உள்ள உறவைத் தெரிந்து கொண்டு, இனி அவனால் பயன் பெற வேண்டும் என்ற தெளிவும் உண்டாகவேண்டும். இதற்கெல்லாம் உதவியான அறிவும் ஆற்றலும் உடைய மக்கட் பிறவி எளிதில் பெறுவதற்குரியது அன்று.

பரிணாமம்

புல் முதல் யானை வரைக்கும் படிப்படியாக வளர்ந்து பின்பு இந்த உடம்பை எடுத்திருக்கிறோம்.

"புல்லாகிப் பூடாய்ப் புழுவாய் மரமாகிப்
பல்விருக மாகிப் பறவையாய்ப் பாம்பாகிக் கல்லாய்
மனிதராய்ப் பேயாய்க் கணங்களாய் வல்லசுர ராகி முனிவராய்த்
தேவராய்ச் செல்லாஅ நின்றஇத் தாவர சங்கமத்துள்"

என்று மணிவாசகப் பெருமான் சொல்கிறார். நவீன விஞ்ஞானிகள்கூடப் பரிணாமம் என்று இதைச் சொல்வார்கள். டார்வின் என்னும் பிரபல விஞ்ஞானி பரிணாமவாதத்தை நிலைநிறுத் தினார். சிறிய பிராணியில் இருந்து வளர்ந்து வளர்ந்து மனிதன் உண்டாகியிருக் கிறானென்று அவர் சொல்கிறார். எந்த வகையில் பார்த்தாலும் மனிதப் பிறப்பு என்பது மிகவும் அருமையான பிறப்புத்தான். எல்லாப் பிறப்புகளிலும் இது சிறந்தது என்பதை யும் தெரிந்து கொள்கிறோம்.

2

சிறந்த பயன்

நம்மிடம் ஏதாவது ஒரு கருவி கிடைத்ததானால் அந்தக் கருவியைக் கொண்டு மிகச் சிறந்த பயனை அடைய முயல்கிறோம். சாமான்ய அறிவு உள்ளவன் தன்னுடைய அறிவுக்குப் பட்ட எதையாவது படிக்கிறான். விறகு வெட்டி

படிப்பது கிடையாது. ஆனால் அவனும் ஏதாவது நாடோடிப் பாட்டு ஒன்றையாவது கேட்டு இன்புறுகிறான். அறிவிலே சிறந்திருக்கிற மனிதன் இன்னும் சிறந்த நூல்களைப் படிக்கிறான். மேலே போகப் போக நுட்பமான நூல்களை அவன் படிக்கிறான். மிக நுட்பமான நூலைப் படிக்கிறவனையே சிறந்த அறிவு உள்ளவன் என்று சொல்கிறோம்.

இந்திரியங்களின் இன்பத்தை ஆராய்ந்தாலும் யார் மிகச் சிறந்த இன்பத்தை நுகர்கிறார்களோ அவர்களையே வளவாழ்வு உடையவர் என்று போற்றுகிறோம். மனிதன் மிகச் சிறந்த நுகர்ச்சியை நுகரலாம்; மிகச் சிறந்து ஆராய்ச்சியைச் செய்யலாம்; தன்னுடைய வாழ்வை மிகச் சீரியதாக வைத்துக் கொள்ளலாம். பணத்தையும் பலத்தையும் அறிவையும் தேடிக் கொள்ளும் மக்கள் எல்லோருமே அவற்றால் சிறந்த உயர்ந்து நிற்கவேண்டுமென்று ஆசைப்படுகிறார்கள். அமெரிக்க நாட்டில் பணத்தை மலை போலக் குவித்து வைத்திருக்கிறார்கள். ரஷ்ய நாட்டில் ஜன சக்தியை மிக அதிகமாகக் குவித்து வைத்துக் கொண்டிருக்கிறார்கள். இவ்வளவு இருந்தும் அங்கே அமைதியைக் காணவில்லை. பாரத நாட்டில் இறைவனுடைய பக்தியை வளர்த்து அதனால் இறைவன் திருவருளைப் பெறுவதுதான் மனிதப் பிறவியினால் பெறும் உயர்ந்த பயன் என்று தெரிந்து கொண்டு அந்த வழியில் ஒழுகுகிறார்கள்.

தாலாட்டு

ளம் பருவத்திலிருந்து இந்த நாட்டுக் குழந்தைகளுக்கு எது நிச்சயமானது என்ற அறிவை அடிக்கடி புகட்டி வருகிறார்கள். குழந்தையைத் தாலாட்டும் தாய் தாலாட்டுப் பாட்டிலே வேடிக்கைப் பாட்டைச் சொல்வது இல்லை. ஆண்டவனது திரு அவதாரங்களையும் திருநாமங்களையும் சொல்லித் தாலாட்டுகிறாள். உயர்ந்த வேதாந்த தத்துவங்களைச் சொல்லும் பாடல்களைப் பாடுகிறாள். அவற்றையெல்லாம் அறிந்து உணர்ந்து கொள்கிற அறிவு குழந்தைக்கு இருப்பது

இல்லை. ஆனால் காதில் அந்த ஒலியைக் கேட்டு, மெல்ல மெல்லப் பிராயம் வளர்ந்தால், கேட்ட சொற்களுக்குப் பொருள் என்ன என்ற ஆராய்ச்சி பிறக்கும். குழந்தையைத் தாலாட்டும்போது பாடும் பாட்டை அது அறியாவிட்டாலும் முன்பே குழந்தையாக இருந்து பின்பு வளர்ந்த பெரிய மனிதர்கள் கேட்பார்கள் அல்லவா? எப்படியோ அந்தப் பாட்டு ஒருவகையான உயர்ந்த சூழ்நிலையை உண்டாக்கிவிடுகிறது.

பழக்க வழக்கங்கள்

குழந்தைகளுக்குப் பெயர் வைக்கும் போது இறைவனுடைய நினைவு உண்டாவதற்காக ஆண்டவன் திருநாமங்களை வைக்கிறோம். இவையெல்லாம் மனிதப் பிறவியின் ஆரம்பத்திலேயே இறைவனுடைய உணர்வு நமக்கு இருக்கவேண்டும் என்பதற்காக ஏற்படுத்தும் பழக்கவழக்கங்கள்.

இதுவரைக்கும் சொன்னவற்றை எல்லாம் சற்றே தொகுத்துப் பார்க்கலாம். உலகத்தில் உள்ள எண்பத்து நான்கு லட்சம் யோனி பேதங்களில் மனிதப் பிறவி சிறந்தது. அந்தப் பிறவியில் அறிவும் ஆற்றலும் செல்வமும் படைக்கும் வாய்ப்பு மிகுதியாக இருக்கிறது. ஏனைய விலங்குகளுக்கு இவை இல்லை. அந்த அறிவைக் கொண்டு இறைவனுடைய திருவருளைப் பெற வேண்டுமென்ற ஆசையும், அதற்கு ஏற்ற முயற்சியும் நமக்கு உண்டாக வேண்டும். சிறப்பான நிலையில் சில விலங்கினங்கள் கூட இறை வனை வழிபட்டிருக்கின்றன. இவற்றையெல்லாம் நினைப் பூட்டுகிற பாரத தேசத்தில் பிறவி எடுப்பது மிக அருமையான காரியம். அத்தகைய பிறவி நமக்குக் கிடைத்திருக்கிறது. கிடைத்த வற்றால் மிகச் சிறந்த பயன் உண்டாகும்படி நடக்க வேண்டும். அந்தப் பயன்தான் இறைவன் திருவடியை வழிபடுதல்."அப்படிப் பெற்றும் உன் திருவடியை நான் வணங்க வில்லையே!" என்று அருணகிரியார் இந்தப் பாட்டில் இரங்குகிறார்.

பெறுதற்கு அரிய பிறவியைப் பெற்றும் நின் சிற்றடியைக் குறுகிப் பணிந்து பெறக் கற்றிலேன்!

அறிவின் வகை

பொதுவாக மனிதப் பிறவியின் சிறப்பைப் பற்றிப் பேசுகிறபோது, அறிவு இருப்பதனால் அது சிறந்தது என்று பலரும் சொல்வது உண்டு.நூல்களைப் படிக்கும் அறிவு என்பது மாத்திரம் பொருள் அன்று. அறிவு பலதரப்படும். ஒன்றும் அறியாத குழந்தையைவிடப் படிக்கத் தெரிந்த குழந்தை அறிவுடையது. படிக்கத் தெரிந்த குழந்தையைக் காட்டிலும் நூல்களில் ஆராய்ச்சி உடைய குழந்தை பின்னும் அறிவுடையது. அறிவு பசு அறிவு, பாச அறிவு, பதி அறிவு என்று மூன்று வகைப்படும். இறைவனைப் பற்றிய அறிவைப் பதி அறிவு என்ற சொல்வார்கள். அந்த அறிவை வளர்க்கும் நூல்களைப் படிப்பது சிறந்த பயனைத் தரும். இப்படி நூல்களால் வரும் அறிவுகூட உயர்ந்த அறிவு ஆகாது. அது அநுபவத்தோடு கலவாத அறிவு; அபர ஞானம் என்று பெயர் பெறும். இந்த வாழ்வில் நன்றாக வாழ்வதற்கும், இனிக் கிடைக்கவேண்டிய நன்மைக்கு என்ன செய்ய வேண்டுமென்று வழி காட்டுவதற்கும் நூலறிவு பயன்படும். அந்த அறிவை மனிதன் பெறத்தான் வேண்டும். பின்னாலே அடையவேண்டிய அநுபவத்தில் ஒருவிதமான ஆர்வத்தை உண்டாக்க நூல் அறிவு பயன்படும். சிறந்த குருவின் திருவருளால் உபதேசம் பெற்று அநுபவம் பெறவேண்டும். அநுபவம் நமக்குக் கிடைக்குமென்ற நம்பிக்கையையும், நாமும் முயற்சி செய்து பெறவேண்டுமென்ற ஆர்வத்தையும் உண்டாக்குவதற்கு நூல்களும், நல்லோர் கூட்டுறவும், பெரியவர்களின் உபதேசங்களும் பயன்படும். அந்த ஆர்வத்தைச் செயலாக்கி முயன்று அநுபவ முறையில் பெற யார் து துணிகிறானோ அவன் தான் பிறகு சிறந்த அறிவைப் பெறுகிறான். அந்த அறிவும் அநுபவமும் ஒன்றாகவே தோன்றும். அதைப் பரஞானம் என்று சொல்வார்கள். அத்தகைய அநுபவத்தைப் பெறுவதற்கும் இந்தப் பிறவியே சிறந்தது.

தேவரும் மனிதரும்

விலங்குகளுக்கு உறுப்புகள் வளம் பெறுவது இல்லை. அறிவும் வளம் பெறுவது இல்லை. அவற்றுக்குச் சுதந்தரம் கிடையாது. ஆகையால் அவை இழிந்த பிறவி என்று நினைக்கிறோம். சுதந்தரமும், உறுப்புகளின் வளமும், நினைவு ஆற்றலும் மிகுதியாகப் பெற்ற மனிதன் சிறந்தவனாகிறான். விலங்கினங்களை விட மனிதன் சிறந்தவன் என்பது கிடக்கட்டும். தேவர்களைக் காட்டிலுங்கூட மனிதன் சிறந்தவன் என்று சொல்ல வேண்டும். தேவர்கள் இறைவனிடம் வேலை வாங்குவார்களேயன்றி அவன் பெருமையை நன்கு உணரமாட்டார்கள். தங்களுடைய வாழ்வுக்கு ஏதேனும் தீங்கு நேர்ந்தால் அப்போதுதான் அவர்களுக்கு இறை வனைப் பற்றிய நினைவு வரும். விலங்கினங்கள் முழுப் பாவத்தின் பயனாகப் பிறவி எடுக்கின்றன. அதுபோலவே முழுப் புண்ணியத்தின் பயனாகத் தேவர்கள் ஆகிறார்கள். அவர்களுக்கு இன்ப அநுபவந்தான் வாழ்க்கையின் குறிக்கோள். அந்த அநுபவம் முடிந்த பிறகு அவர்கள் மீட்டும் இந்த உலகத்தில் வந்து தவம் செய்தே இறைவன் அடியைப் பெறவேண்டும். வானவர் பதவி சிறந்ததன்று. வானுலகத்தைவிடச் சிறந்தது வீடு.

"வானோர்க்கு உயர்ந்த உலகம் புகும்."

என்று வள்ளுவரும் வானவர்க்கும் மேலான ஒரு பதவியைச் சொல்கிறார். அதுதான் முடிந்த முடிபாகிய மோட்சம் என்பது. அதனை அடைவதற்கு உரியவர்கள் மனிதர்களே.

இறைவனும் தன்னுடைய திருவிளையாடல்களைக் காட்டி உலகத்தார் பயன் பெறவேண்டுமென்று இந்தப் பூமியையே தன் திருவிளையாட்டு மேடையாகக் கொள்கிறான். அதுபோலவே ஆத்மாக்களும் புண்ணியம் செய்து தேவலோகத்தை அடைய வேண்டுமானாலும், ஞானம் பெற்று மோட்சத்தை அடைய வேண்டுமானாலும் அதற்குரிய நிலைக்களமாக இந்த உலகம் உதவுகிறது. மனிதப் பிறவி

பெற்றதன் பயனாக அந்தச் சீரிய நிலையை அடைய வேண்டும். "இப்பூமி சிவனுய்யக் கொள்வது" என்பர் மணிவாசகர். இந்த வகையிலும் மனிதப் பிறவி அருமையானது.

இறைவனை அணுகும் முறை

ஆண்டவனை அணுகுகின்ற செயலில் எத்தனையோ வேறுபாடு உண்டு. திருமுருகாற்றுப்படையில் முருகனை வழிபடுகிற மக்களில் பல வகையினரைப் பார்க்கிறோம். மலையில் இருக்கிற வேடர்கள் முருகனுக்குப் பூசை போடுகிறார்கள். விரதம் இருக்கும் முனிவர்கள் வருகிறார்கள். அந்த முனிபுங்கவர்களை முன்னிட்டுக்கொண்டு பழனியில் தேவர்கள் முருகனைப் பார்க்கிறார்கள். அங்கே மனிதர்களின் சிறப்புத் தெரிகிறது. தேவலோகத்தில் இருந்து வந்த திருமாலும், சிவபெருமானும், இந்திரன் முதலிய தேவர்களும் நேரே முருகனைப் போய்ப் பார்க்கவில்லை; பார்க்கத் துணியவில்லை. முருகன் கந்த லோகத்தில் இருந்திருந்தால் ஒருகால் அவர்கள் நேரே போய்ப் பார்த்திருப்பார்கள். ஆனால் பூவுலகத்தில் வந்து அவனுடைய அருளைப் பெற வேண்டுமென்று நினைக்கும்போது முருகனுக்கு மிகவும் பிரியமான முனிபுங்கவர்களை முன்னிட்டுக் கொண்டு செல்கிறார்கள்.

நான்கு முகம் படைத்த பிரமதேவன் ஒரு தவறு செய்ததனால் அவனை முருகன் சிறையில் அடைத்துவிட்டான். படைப்பாகிய தொழில் நின்றுவிட்டது. அதன் பின் நடக்க வேண்டிய காப்பு முதலிய காரியங்களும் நிகழவில்லை. ஆகையால் தேவர்கள் யாவருக்கும் வேலை இல்லாமல் போய்விட்டது. சுத்த சோம்பேறியாகப் பொழுது கழித்தால் நல்லவர்களுக்கு நோய் வந்தது போல இருக்கும். ஆகையால் தங்களுக்கு வேலையும் அதன் காரணமாக அவிசு முதலிய கூலியும் கிடைக்காமையினால் தேவர்கள் ஆராய்ந்தார்கள். மூலத் தொழிலாகிய படைப்பு நின்று விட்டதே இந்த நிலைக்குக் காரணம் என்பதை உணர்ந்தார்கள். அதற்குக்

காரணம் நான்முகன் முருகப்பெருமானுக்கு அபசாரம் செய்தது என்பதைத் தெரிந்து கொண்டார்கள். அதற்குமேல் எல்லாரும் பழனி ஆண்டவனிடம் போய், நான்முகனை மன்னித்து விடுவிக்க வேண்டுமென்று வேண்டிக் கொள்ள வந்தார்கள். வரும்போது பூவுலகத்தில் முருகப் பெருமானிடத்தில் அன்பு செய்யும் முனிவர்களையே முன்னிட்டுக் கொண்டு வந்தார்களாம். முருகப் பெருமானுக்குக் கோபம் உண்டாகாதிருக்க வேண்டுமென்று அவனுடைய குழந்தைகளைப் போன்ற முனிவர்களை முன்னால் போகச் சொல்லி, பின்பு அவர்களைப் பின்பற்றித் தேவர்கள் போனார்கள். இந்த நிகழ்ச்சியிலும் தேவர்களைக் காட்டிலும் முருகனை அணுகும் திறத்தில் மனிதர்களே சிறந்த வர்கள் என்பது தெரியவரும்.

வருங்காலத்துக்குப் பாதுகாப்பு

மனிதனாகப் பிறந்தவனுக்கு மற்றது பற்றிய அறிவு இருக்கிறதோ இல்லையோ, ஒன்று மாத்திரம் நிச்சயமாக அவன் தன் கவனத்தில் வைக்கிறான். வருங்காலத்தில் துன்புறாமல் சேமித்து வைக்கவேண்டுமென்ற நினைவு எல்லோருக்கும் இருக்கிறது. அப்போதைக்குச் சேமித்துக் கொள்ளலாம் என்ற நிச்சயம் இல்லாமையினால், நாளைக்கு வேண்டியதையும் இன்றைக்கே சேமித்துக் கொள்ள வேண்டுமென்ற ஆசை உண்டாகிறது. இதுவும் அறிவினாலே உண்டாகின்ற காரியந்தான். இதே அறிவைக் கொண்டு இந்தப் பிறவிக்குப் பின்னும் பயன்படுகிற காரியங்களைச் செய்ய வேண்டுமென்ற உணர்வு தோன்றுவது நியாயமாகும். மறுநாளைக்கு வேண்டிய உணவை மாத்திரம் சம்பாதித்துக் கொள்கிறவன் பெரிய செல்வன் அல்லன். அடுத்த மாதத்திற்கு வேண்டியதை இந்த மாதமே சம்பாதிக்கிறவன் அன்றாடம் காய்ச்சியை விடச் சிறந்தவன். அடுத்த ஆண்டுக்கு உரியதை இந்த ஆண்டு சம்பாதிக்கிறவன் அவனைவிடச் செல்வன். பல காலத்திற்கும் பயன்படுகிற நிலங்களை வாங்கிப் போட்டுக் கொண்டவன் பெரிய செல்வன். வருங்காலத்திற்கு இன்பம் பயக்கின்ற செயல்களைச் செய்து, வசதி உள்ளபோதே

செவத்தைச் சேர்த்துக் கொள்கிறவனைக் கெட்டிக்காரன் என்று உலகம் பாராட்டுகிறது. கையும் காலும் கருவிகளும் உள்ள போதே சம்பாதித்துக் கொள்ள வேண்டுமென்ற உணர்வு பொருளாதார நூல் படித்துத்தான் தெரிந்து கொள்ள வேண்டுமென்பது இல்லை. மனிதனுக்கு இயற்கையாகவே இந்த எண்ணம் தோன்றிவிடுகிறது. அதேபோல நம்முடைய கருவி கரணங்களோடு கூடிய சரீரம் முதுமையை அடையாது கட்டிளமையுடன் இருக்கும் போதே இந்தப் பிறவிக்கு அப்பாற்பட்ட வாழ்க்கைக்கு வேண்டிய பொருளைச் சம்பாதித்துக் கொள்ளும் எண்ணம் தோன்ற வேண்டும். இதுதான் நல்ல அறிவு. உடம்பு தளர்ந்த பிறகு வேறு ஒரு வேலையும் செய்வதற்கு முடியாத காலத்தில் இறைவனை வழிபடலாம். அதுதான் சரியான சமயம் என்று சிலர் நினைக்கிறார்கள். உலகியல் இன்பங்களை அநுபவிப்பதற்கே உடம்பு இருக்கிறது என்னும் எண்ணந்தான் இத்தகைய நினைவுக்குக் காரணம். வேறு எந்த இன்பத்தையும் பெறுவதற்கு இயலாத தளர்ச்சியை இந்த உடம்பு அடையும் போது ஆண்டவனை நினைக்கிறேன் என்று சொல்வதற்கு ஒப்பானதே அது.

உடல் தளர்ந்த காலத்தில் நம்முடைய பொறிபுலன்கள் நாம் நினைத்தபடி வேலை செய்வதில்லை. உடம்பில் பலம் இருக்கும் போதுதான் மனத்தில் நினைக்கிறதைச் சரியாகச் செய்யமுடியும். கையும் காலும் நன்றாக இருந்தால்தான் நடக்கவும் எடுக்கவும் முடியும். நன்றாக இருக்கிறபோது அவற்றைச் செய்யாமல் தளர்ந்த பிறகு மனத்தினால் நினைத்தால் கை எழாது; கால் நடக்காது.

இளமை தொடங்கி எந்தப் பழக்கத்தை மனிதன் செய்து வருகிறானோ அந்தப் பழக்கந்தான் கடைசி வரைக்கும் நிலையாக நிற்கும். சாகிற காலத்தில் சங்கரா சங்கரா என்று சொல்லிக் கொள்ளலாம் என்றால், நிச்சயமாக அந்த நினைப்பு அப்போது வாராது. பிற்காலத்திற்குச் சேமித்து வைக்க வேண்டுமென்ற அறிவை மனிதன் பெற்றிருப்பதனால், அந்த அறிவுக்கு ஏற்ப இறந்த பிறகு வாழும் வாழ்க்கைக்கு எது

உரியது என்று தெரிந்து கொண்டு அதனைச் சேமித்து வைக்க வேண்டும்.

எதைச் செய்வது?

அறிவினால் நல்லன எது என்று தெரிந்து கொண்டு அவற்றை நாம் செய்யவேண்டுமென்று பெரியவர்கள் சொல்கிறார்கள். இங்கே ஒரு மயக்கம் வரும். நம்முடைய நாட்டில் எத்தனையோ தலங்கள் இருக்கின்றன. பலவகையான கோயில்கள் உள்ளன. தானம், தர்மம், தவம் ஆகியவற்றில் எத்தனையோ வகைகள் இருக்கின்றன. குருமார்களும் பலர் இருக்கிறார்கள். சத்சங்கங்களும் அங்கங்கே பல நடந்து வருகின்றன. பஜனை செய்வாரும், கூட்டாக வழிபடுவாரும், தனித்திருந்து தியானம் செய்வாரும் நிறைய இருக்கின்றனர். இப்படி இறைவன் அருளைப் பெறுவதற்காகப் பண்ணுகிற முயற்சிகள் கணக்கு வழக்கு இல்லாமல் இருக்கின்றன. எல்லாவற்றிலும் நாம் கலந்து கொண்டால் நல்லது என்று நமக்குத் தோன்றுகிறது. அது நம்மால் முடிவதில்லை. ஆகவே நம்மாலே எதுவும் செய்ய முடியாது என்று சிலர் தளர்ந்து போகிறார்கள்.

இந்த நிலையில், நம்முடைய மனத்தைத் தேற்றிக் கொள்வ தற்கும், அநுபவபூர்வமான செயலில் இறங்குவதற்கும் நாம் ஓர் எண்ணத்தை மேற்கொள்ள வேண்டும். உலகத்தில் எத்தனையோ நல்லவை இருக்கின்றன. அவை எல்லாவற்றையும் ஒரு மனிதன் செய்ய இயலாது. ஆனால் அவன் செய்வனவெல்லாம் நல்லவனவாக இருக்கலாம். திருச்செந்தூருக்குப் போகவேண்டுமென்று நாம் நினைத்தால் அந்தச் சமயம் பார்த்து ஓர் அன்பர், "பழனிக்குப் போனால் நன்றாக இருக்கும்" என்று சொல்வார். மற்றொருவர், "திருத்தணி நமக்கு அருகில் இருக்கிறதே; அங்கே போகலாம்" என்று சொல்வார். பின்னும் ஒருவர், "சென்னையிலேயே வடபழனி இருக்கிறதே; அங்கே போய்விடலாம்" என்று யோசனை சொல்வார். அத்தனை பேரும் சொல்பவை நல்லவையே. எல்லோ ருடைய பேச்சையும் கேட்டு நடக்க

முடியுமா? ஒன்றும் அறியாமல் இருப்பதுதான் சங்கடமென்றால், பலவற்றை அறியும் போதும் சங்கடம் உண்டாகிறது. நல்லவைகளாக இருந்தாலும் எல்லோருடைய முறையையும் பின்பற்றி நடக்க நமக்கு ஆற்றல் இல்லை. ஒரு சமயத்தில் அத்தனையையும் செய்ய முடியாது. அப்போது, நாம் நன்றாகத் தெளிந்து ஏதாவது ஓரிடத்திற்குப் போகத்தான் வேண்டும். "இத்தனை பேர் நம்மை அங்கே போ, இங்கே போ என்கிறார்களே; நாம் எங்கே போவது? சினிமாவுக்குப் போய்விடலாம்" என்று நினைப்பது தான் அறியாமை.

பன்மையின் உண்மை

இந்த நாட்டின் பெருமையைப் பற்றி முன்பு சொன்னேன், அறிவு உடையவர்கள் என்று சொல்லிக் கொள்கிறவர் சிலர் இந்த நாட்டில் பண்பாட்டு முறைகள் பலவாக இருப்பதைக் கண்டு பரிகசிக்கிறார்கள். பலவிதமான திருவுருவங்கள் பலவிதமான சமயங்கள், பலவிதமான ஆலயங்கள் என்று இருப்பது நமக்குள் ஒருமைப்பாட்டைக் காட்டுமா என்று அந்த அறிவாளிகள் சொல்கிறார்கள்.

ஒரு பட்சணக் கடைக்குச் செல்லும் ஏழை ஒருவன் அங்கே உள்ள தின்பண்டங்களைப் பார்க்கிறான். எல்லாவற்றையும் பார்த்து அவன் நாக்கில் தண்ணீர் சொட்டுகிறது. அவன் வறியவன். ஆகையால் எதையும் வாங்கிக் கொள்ளவில்லை. ஆனால் பணம் உள்ளவன் அங்கே போனால் தனக்குப் பிடித்தவற்றை வாங்கிச் சாப்பிடுவான். பணமும் பசியும் உள்ளவனுக்கு எது பிடித்தமாக இருக்கிறதோ அதைப் வாங்கிப் பயன்படுத்திக் கொள்ளும் இயல்பு இருக்கும்.

அதுபோல் இறைவனிடத்தில் அன்பு உள்ளவன் எத்தனை திருவுருவம் இருந்தாலும் தன் உள்ளம் பற்றிக் கொள்கிற திரு வுருவத்தில் மனத்தை வயப்படுத்தி விடுவான்; ஏதேனும் ஒன்றில் புகுந்து செயல் ஒழிந்து நிற்பான். "அது இருக்கிறதே; இது இருக்கிறதே; எந்த உருவத்தைத் தியானிப்பது?" என்னும் கேள்வி, மயக்கம் எல்லாம் அன்பில்லாதவர்களுக்கு

உண்டாகலாம். அன்பும் நம்பிக்கையும் உள்ளவர்கள் எல்லாம் ஒன்று என்கிற தத்துவத்தைப் பெரியவர்கள் மூலம் தெரிந்து கொண்டவர்கள். நெஞ்சம் ஒட்டிவிடுகிற ஒரு முறையைக் கடைப்பிடித்துப் பயன் அடைவார்கள். இதற்கும் நம் அறிவே துணை செய்யும்.

மனிதனுக்குப் பலவற்றைக் காட்டினால்தான் தனக்குப் பிடிப்பது இன்னது என்று தெரிந்து கொள்ள முடியும். இப்படித் தான் செய்யவேண்டுமென்று ஒன்றையே சொன்னால் அதைச் செய்ய மனம் இல்லாதவன் ஏதோ தண்டனைக்கு உட்பட்டுச் செயல் செய்வானைப் போலச் செய்வான். தான் விரும்புகிற பொருளை வாங்கிச் சாப்பிடலாம் என்று எண்ணியே சில பிள்ளைகள் வீட்டிலுள்ள சிற்றுண்டிகளை உண்ணாமல் ஹோட்டலுக்குப் போகிறார்கள். பல வகைகள் இருப்பதனால்தான் அவர் கள் நெஞ்சம் அதை நாடுகிறது. இறை வழிபாட்டிலும் பலவகை இருப்பதற்குக் காரணம் அவரவர்களுக்குப் பொருத்தமாகவும் வாய்ப்பாகவும் ஏதேனும் ஒன்று இருக்க வேண்டும் என்பதுதான்.

பசி உடையவனுக்கு எங்கே உணவு கிடைத்தாலும் உடனே உண்ணுகின்ற ஆர்வம் உண்டாகும். பல உணவுச்சாலைகள் இருந்தாலும் இவ்வளவு இருக்கின்றனவே என்று அவன் மயங்க மாட்டான். எது அருகில் இருக்கிறதோ அங்கே சென்று கை யிலுள்ள பணத்திற்கு ஏற்ப எது கிடைக்கிறதோ அதை வாங்கி உண்பான். ஆர்வமும், அறிவும் கலந்த முயற்சி அது.

இறைவனை நினைப்பூட்டுபவை

இறைவனை வழிபட நமக்குச் சரீரம் அமைந்திருக்கிறதே யொழிய வேறு எதற்கும் இல்லை. பிரபஞ்சம் அதற்கு உதவியாக இருக்கிறது. நம்முடைய நாட்டில் நமது வாழ்க்கை முழுவதுமே இறை வழிபாட்டுக்கு ஏற்ப அமைந்திருக்கிறது. ஊரெல்லாம் விருந்து கொண்டாடுகிற நாள் இறைவனுடைய விழா நாளாக அமைகிறது. நம் இலக்கியங்கள் எல்லாம்

இறைவனை நினைப் பூட்டுகின்றன. சிறந்த சிற்பங்களும், கலைகளும் இறைவனை நினைப்பூட்டுவனவாக அமைந்திருக்கின்றன. தமிழிலும் பிற மொழிகளிலும் பலவகையான தோத்திரங்கள் இருக்கின்றன. யந்திரம், மந்திரம், தந்திரம், புராணம், சாஸ்திரம், வேதம் என்று வழிபாட்டு நெறிகளுக்குரிய கருவிகள் எல்லாம் வேறு எந்த நாட்டிலும் இல்லாத வகையில் இங்கே அளவுக்கு மிஞ்சி இருக் கின்றன. இவ்வளவு இருந்தும் அவற்றைப் பற்றிச் சிந்திக்காத அறிவு ஒருவனுக்கு இருக்குமானால் அவனை அறிவு உடை யவன் என்று எப்படிச் சொல்வது?

இத்தகைய கருவிகள் இல்லாவிட்டாலும் இயற்கையில் அமைந்த பிரபஞ்சமே இறைவனை வழிபடுவதற்குப் போதுமானது.

"காக்கைச் சிறகினிலே நந்தலாலா- உன்றன்
கரிய நிறம் தோன்றுதையே நந்தலாலா"

என்று பாரதியார் பாடுவார். இறைவனை வழிபட வேண்டுமென்ற ஆர்வம் யாருக்கு வருகிறதோ அவர்கள் எல்லாவற்றையும் பயன் படுத்திக் கொள்வார்கள். எங்கும் இறைவனுடைய திருவுருவத்தைப் பார்ப்பார்கள். அதற்கு ஏற்ற பிறவியை நாம் பெற்றிருக்கிறோம்.

இருவகை நிலை

இந்தப் பிறவி பெறுவதற்கு அரியது என்று சொன்னவுடன், இந்த உடம்பைப் பாதுகாக்க வேண்டுமென்ற நினைவு உடனே வருகிறது. பெறுதற்கு அரிய பொருளைப் பெற்றுவிட்டோம்; இதனாலே வருகின்ற இன்பங்களைப் பெறவேண்டுமென்ற ஒரு வகை நினைப்பும் மக்களுக்கு உண்டாகலாம். இந்த உடம்பினால் அடைகின்ற இகலோக இன்பங்களைப் பெறுவதுதான் பிறவிப் பயன் என்று நினைத்துப் பலர் தம் வாழ்நாள் முழுவதையும் இந்திரிய சுகம் பெறப் பயன்படுத்துகிறார்கள். அவர்களும் பெறு தற்கரிய பிறவி இது என்று உணர்ந்திருக்கிறார்கள். காற்றுள்ள போதே

தூற்றிக் கொள்ள வேண்டும் என்று அவர்களும் சொல் கிறார்கள்; பக்தர்களும் சொல்கிறார்கள். இரண்டு வகையினரும் உடம்பைப் பயன்படுத்திக் கொள்கிறார்கள்.

இரண்டுக்கும் வேறுபாடு உண்டு. இந்த உடம்பை உடம்பி னுடைய சுகத்திற்காகப் பயன்படுத்திக் கொள்கிறவன் முதல் வகையினன். இந்த உடம்பைக் கருவியாகக் கொண்டு பயன் படுத்திக் கொள்கிறவன் பக்தன். இரண்டு பேருக்கும் இந்த உடம் பிலே பற்று இருக்கும். ஆனால் முதல் வகையினனோ இந்த உடம்பினால் வேறு ஒன்றைச் சாதித்துக் கொள்ள வேண்டும் என்று நினைக்கிறது இல்லை. பக்தனோ இந்த உடம்பினால் உடம்பை அறுக்கின்ற ஒரு வகை முடிவைச் சாதிக்க நினைக் கிறான். இரண்டு பேரும் சரீரத்தில் அன்பு உடையவர்கள்தாம்.

"உடம்பை வளர்த்தேன் உயிர்வளர்த் தேனே"

என்று திருமூலர் சொல்கிறார். எப்படியும் இரண்டு பேரும் சரீர அபிமானிகளே அல்லவா?

கருவியும் லட்சியமும்

ஒருவன் ஏணியை எடுத்துக் கொண்டு போகிறான். மாடி மேல் ஏறவேண்டும் என்பது அவன் நினைப்பு. போகும்போது யாராவது அந்த ஏணியைக் கைப்பற்ற நினைத்தால் அவர்களிட மிருந்து அதைக் காப்பற்றிக் கொள்கிறான். ஏணி முறியாமல், எங்கும் மோதாமல் பத்திரமாக எடுத்துச் செல்கிறான். மாடிக்கு நேராக அதைச் சுவரில் சார்த்தி வைத்து அதன்மேல் ஏறி விடுகிறான். இது வரைக்கும் அந்த ஏணியினிடம் அவனுக்கு எத்தனையோ அன்பு இருந்தது. அதைச் சுமந்து கொண்டு வரும் போது இருந்த அன்பைவிட அதைச் சார்த்தி வைத்து ஒவ்வொரு படியாக ஏறும்போது அதிகக் கவனமாக ஏணி கீழே விழாமல் பார்த்துக் கொள்கிறான். படி முறியாமல் பார்த்துக் கொள்கிறான். யாரையாவது ஜாக்கிரதையாகப் பிடித்துக் கொள்ளும்படி சொல்கிறான். அவனுடைய எண்ணம் ஏணி விழக்கூடாது,

முறியக் கூடாது என்பது மாத்திரம் அன்று. அப்படி விழுந்தால் நாமும் வீழ்ந்து படுவோம் என்றே அவன் நினைக்கிறான். ஒவ்வொரு படியாக மெள்ளக் கால் வைத்து மேலே ஏறின பிறகு அவன் அந்த ஏணியை மறந்துவிடுகிறான்.

எந்தக் காரியம் செய்தாலும் அந்தக் காரியத்திற்குரிய கருவிகளை முதலில் பாதுகாப்போடு அமைத்துக் கொண்டு, செய்யும் போது மிக அருமையாகப் பாதுகாத்து, அதனால் விளைகின்ற காரியம் கைகூடிய பிறகு அவற்றைப் பற்றி கவலைப்படாமல் இருப்பதுதான் அறிஞர்களுடைய இயற்கை. கருவிகளில் மூன்று வகை உண்டு. மூலப் பொருளாக இருக்கிற கருவி ஒன்று; துணைப் பொருளாக இருக்கிற கருவிகள் இரண்டு வகை. குடத்தைப் பண்ணும்போது அந்தக் குடத்திற்கு மூலமாக இருக் கிறது மண். குடத்தை வனைகிறான் குயவன். அவனுக்குக் சக்கரம், தண்டு முதலியவை உதவியாக இருக்கின்றன. மூலப்பொருள்களான மண் குடமான பிறகும் அதில் இருக்கிறது. தண்டு சக்கரமோ குடம் உருவான பிறகு நழுவி விடுகின்றன; குயவனும் போகிறான். அதுபோல் இந்த உடம்பாகிய கருவியின் உதவி கொண்டு ஆன்மா அடையவேண்டிய பயனை அடைந்த பிறகு உடம்பை மறந்து விடுகிறது. பக்தர்கள் இந்த உடம்பைத் தண்டு சக்கரம் போலக் காப்பாற்றுகிறார்கள். இதனால் அடைகின்ற பயனை அடைந்த பிறகு இதைப் பற்றிக் கவலைப் படுவதில்லை. கரும்பினால் சாறு கொண்டவன் சக்கையை நீக்கிவிடுவது போல இந்த உடம்பை நீக்குவதற்கு அவர்கள் சித்தமாக இருப்பார்கள்.

ஆகவே நல்லவர்கள் உடம்பைப் பாதுகாப்பது கருவிகளைப் பாதுகாப்பது போன்றது. மற்றவர்கள் உடம்பைப் பாதுகாப் பதற்கு உடம்பே இன்ப நிலையம் என்ற நினைப்புக் காரணம்.

உடம்பின் மேல் பற்று

பலகாலம் வாழ்ந்த ஒன்றை விட்டுப் போவதற்கு மனம் வருவதில்லை. பக்தர்கள் மாத்திரம் எத்தனை காலம் இந்த உடம் போடு வாழ்ந்தாலும் எந்தச் சமயத்திலும் இதை விடுவதற்குத் தயாராக இருக்கிறார்கள். இதுதான் கருவியினிடத்தில் உள்ள அபிமானம் என்பது. தன்னுடைய பெண் குழந்தையை வளர்த்து, கல்வி வழங்கி, அழகு உடையவளாக ஆக்குகிறான் தந்தை. அவளுக்குத் திருமணம் செய்ய ஏற்பாடுகளும் செய்கிறான். மாப்பிள்ளை தேடின பிற்பாடு மகிழ்ச்சியுடன் அவளை அவ னுடன் அனுப்பி வைக்கிறான். நம் வீட்டுப் பெண்ணை அயல் வீட்டுக்கு அனுப்பலாமா என்று நினைப்பது இல்லை. திருமணம் புரியும்போது, நம் வீட்டை விட்டுப் போவாள். போகவேண்டிய இடத்திற்குப் போவாள் என்று நினைக்கிற தந்தைக்கு மகிழ்ச்சி வருகிறதேயொழிய துக்கம் வருகிறது இல்லை. ஏதோ சிறிது துக்கம் தோன்றினாலும் போகப் போக அவன் உண்மையான மகிழ்ச்சி அடைகிறான். அந்தப் பெண்ணுக்கும் 'ஐயோ! அப்பா வீட்டை விட்டுப் போகிறோம்!' என்ற வருத்தம் உண்டாவதில்லை. மணத்தில் பெண் இந்த வீட்டைவிட்டுப் போவது போல, மரணத்தில் ஆத்மாவானது இந்த உடம்பை விட்டுப் போகிறது. இந்த வீட்டில் பிறந்த பெண் இங்கே இருந்து பலவகையான பயிற்சிகள் பெற்று, வளர்ச்சி அடைந்தது போல, இந்த உடம்பில் வாழ்கிற ஆன்மா பலவகைச் சாதனங்களைச் செய்து அந்த உடம்பின் வாழ்வையே பயன்படுத்திக் கொள்ள வேண்டும். இந்த எண்ணத்தோடு வாழ்ந்தால் பலகாலம் வாழ்ந்த உடம்பாயிற்றே என்ற பற்று இருக்க நியாயம் இல்லை.

பழைய காலத்திலாவது வீடு என்றும் ஊர் என்றும் பற்று இருக்கும். இந்தக் கால வாழ்க்கை அந்தப் பற்றைப் போக்கி விடுகிற முறையில் அமைந்திருக்கிறது. பழங்காலத்தில் ஏதேனும் ஒரு சிறிய ஊரில் நான்கு தெருவுக்கு அப்பால் ஒரு தெருவில் ஒருவன் செத்துப் போனாலும் ஊரில் உள்ளவர்கள்

அத்தனை பேரும் துக்கம் கேட்பார்கள். வீட்டுக்காரர்கள் ஒரு வருஷம் துக்கம் காப்பார்கள். ஒரு மாதம் முழுவதும் அழுது கொண்டிருப் பார்கள். நவீன நாகரிகத்தில் நகரங்கள் மிகுதியாகிவிட்டன. அதுவும் சென்னைப் பட்டினத்தில் பாருங்கள். இந்த வீட்டில் ஒரு பிணம் கிடக்கும்; அடுத்த வீட்டில் ஆண்டு நிறைவு நடக்கும். மரணம், மணம் ஆகிய இரண்டும் ஒரு தெருவில் அடுத்தடுத்து நிகழும். இங்குள்ளவர்கள் பற்றற்ற ஞானிகளைப் போலவே வாழ்வார்கள். இத்தகைய பற்றற்ற வாழ்வு நடத்தும் பழக்கம் நமக்கு உண்டாகியிருக்கும் போது தேகப்பற்றை விடுகிற பழக்கம் மட்டும் உண்டாகவில்லை.

'ஸ்டேஷன் மாஸ்டர்'களைப் பாருங்கள். அவர்களுக்கு அடிக்கடி ஓர் ஊரில் இருந்து வேறோர் ஊருக்கு மாற்றலாகிறது. ஒருவர் தம்முடைய குடித்தனத்துடன் மாடு கன்றுகளுடன் ஓர் ஊருக்குப் போகிறர். அங்கே அவரோடு வேலை செய்கிற பல அன்பர்கள் வாழ்கிறார்கள். அந்த ஊரில் நடக்கும் காரியங்கள் அத்தனையிலும் கலந்து கொண்டு அவர் உறவாடுகிறார். அடுத்த ஆறு மாதத்தில் அந்த ஊரிலிருந்து இருநூறு மைலுக்கு அப்பால் உள்ள ஊருக்கு அவருக்கு மாற்றலாகிறது. போகிற ஊர் பழக்கம் இல்லாத ஊர் ஆயிற்றே என்று அவர் நினைப்பது இல்லை. பழகிய ஊரைவிட்டுப் போகிறோமே என்ற துயரமும் அவருக்கு அதிகம் உண்டாவதில்லை. எந்தச் சமயத்திலும் தம் சாமான்களை வண்டியில் போட்டுக் கொண்டு, தாமும் போவதற்குத் தயாராக இருக்கிறார். இதுவும் ஒரு விதமான ஞானம் என்றே நான் நினைப்பது வழக்கம்.

அதுபோல, இந்த உடம்பை விட்டுப் போவதற்கு நாம் தயாராக இருந்துகொண்டு இதனைப் பாதுகாப்போமானால் மரணத்தினால் நமக்குத் துயரம் உண்டாகாது. பெறுதற்கு அரிய பிறவியைப் பெற்றதனால் இந்த உடம்பை எப்போதும் பாதுகாக்கவேண்டும் என்பது அறிவு ஆகாது. இதனால் கிடைக்கிற பயனை இந்தக் கருவி நன்றாக இருக்கும்போதே

அடைய வேண்டும் என்ற ஆர்வம் கொள்வதுதான் அறிவின் பயன்.

உடம்பால் உடம்பைப் போக்குதல்

வடமொழியில் ஒரு சுலோகம் உண்டு. இந்த உடம்பைப் பெறுவதற்குப் பயன் மீட்டும் உடம்பு வராமல் செய்வதுதான் என்று அது சொல்கிறது. முள்ளை முள்ளால் எடுக்க வேண்டும்; வைரத்தை வைரத்தால் அறுக்க வேண்டும்; உடம்பை உடம்பால் போக்க வேண்டும்.

பெரியவர்கள் உடம்பு வராமல் இருக்கும் இன்ப நிலையை அடைவதற்காகவே இந்த உடம்பைப் பயன்படுத்தவேண்டும் என்று சொல்லியிருக்கிறார்கள். சேக்கிழார் பெரியபுராணத்தில் இரண்டாவது பாட்டில் இந்தக் கருத்தைச் சொல்கிறார்:

"ஊன டைந்த உடம்பின் பிறவியே
தான டைந்த உறுதியைச் சாருமால் தேன டைந்த
மலர்ப்பொழில் தில்லையுள் மாற டஞ்செய்
வரதர்பொற் றாள்தொழ."

ஔவையாரும், "உடம்பினைப் பெற்ற பயனாவதெல்லாம் உடம்பினுள் உத்தமனைக் காண்" என்று அருளியிருக்கிறார். இந்த உடம்பு பெறாமல் இருப்பதற்கு வழி இறைவன் திருவடியை வணங்குவது. அதுதான் மனிதப் பிறவியின் பயன். அதனை நினைந்து, "நான் உன் திருவடியை வணங்கவில்லையே!" என்று வருந்துகிறார் அருணகிரியார்.

பெறுதற்கு அரிய பிறவியைப் பெற்றும் - நின் சிற்றடியைக் குறுகிப் பணிந்து பெறக் கற்றிலேன்.

கற்றுக் கொள்ளும் ஆசை

மனிதனுடைய இயற்கை மேலும்மேலும் கற்றுக்கொள்வது. குழந்தைப் பருவத்தில் தன்னுடைய கண் முன்னால் தோன்றும் பொருளைத் தெரிந்துகொள்கிற ஆசை இருக்கிறது.

அறிவாளிகள் கேட்கிற கேள்விகளைக் காட்டிலும் குழந்தை கேட்கிற கேள்விகள் அதிகம். இந்த நிலத்தில் உடம்பு பட்டவுடன் அதனிடம் நான் எங்கே இருக்கிறேன் என்ற கேள்வி பிறக்கிறது. வடமொழியில் சிலேடையாகச் சொல்வார்கள். குழந்தை வயிற்றில் இருக்கும் மட்டும் இறைவன் துணையோடு இருந்தது. அது நிலத்தில் வந்து விழுந்ததும் தான் வந்த இடம் இன்னது என்று தெரியாமல்,"எங்கே,எங்கே?" என்று கேட்கிறது என்று சொல்வார்கள். குழந்தை குவா குவா என்று அழுகிறது அல்லவா? குவா என்பதற்கு வடமொழியில் எங்கே என்று பொருள். இது சமத்காரமாக இருந்தாலும் இதில் ஓர் உண்மை இருக்கிறது.

பேசத் தெரிந்தவுடன் அம்மாவிடமும், அப்பாவிடமும்,"அது என்ன? இது என்ன?" என்று குழந்தை நச்சரித்துக் கேட்கிறது. அம்மா என்று பேசக் கற்றுக் கொள்கிறது. அப்பா என்று கூப்பிடக் கற்றுக் கொள்கிறது. சாப்பிடக் கற்றுக் கொள்கிறது. நாளடைவில் உண்ணவும், உடுக்கவும், உடம்பைச் சுத்தம் பண்ணிக் கொள்ளவும் கற்றுக் கொண்டுவிடுகிறது. முதலில் அம்மா கற்றுக் கொடுக்கிறாள். பின்பு அந்தக் குழந்தையே மற்றவர்களைப் பார்த்துக் கற்றுக் கொள்கிறது.

இப்படி ஒரு பருவம் வரைக்கும் தினந்தோறும் பார்ப்பதை எல்லாம் தெரிந்து கொள்ள ஆசைப்படுகிறது. அந்தப் பருவம் நீங்கின பிறகோ பிறர் வாழ்வதைப் பார்த்து ஆசையை வளர்த்து, அதனை அனுபவிக்க என்ன வழி என்று கற்றுக் கொள்ள முயல்கிறான் மனிதன். பால் குடிக்கக் கற்றுக் கொண்ட குழந்தை தாயினுடைய உதவியால் அதைச் செய்கிறது. சோறு தின்னக் கற்றுக் கொள்கிற குழந்தை தாயினுடைய உதவி இல்லாமலே வேறு சிலருடைய உதவியினால் தின்னக் கற்றுக் கொள்கிறது. பணம் சம்பாதிக்கக் கற்றுக் கொள்ளும் மனிதன் தன்னுடைய முயற்சியைக் கொண்டு அதைச் செய்கிறான். இப்படிப் பிறந்தது முதற் கொண்டு சாகும் மட்டும் வஞ்சகங்களையும், பொய்யையும், பணம் சம்பாதிக்கும் வழியையும், பிற

மனிதர்களை மயக்கும் திறத்தையும் மனிதன் கற்றுக் கொண்டே இருக்கிறான். அவன் கற்காமல் சும்மா இருப்பது இல்லை. ஆனால் ஒன்றை மாத்திரம் கற்றுக் கொள்வதில்லை. இறைவன் திருவடியை அடைவதற்குரிய நெறி இன்னது என்பதைக் கற்றுக் கொள்வதில்லை.

நின் சிற்றடியைக்
குறுகிப் பணிந்து பெறக் கற்றிலேன்

என்பதில் அருணகிரியார் மூன்று நிலையைச் சொல்கிறார். முதல் நிலை இறைவன் திருவடியைக் குறுகுதல்; இரண்டாவது பணிதல்; மூன்றாவது நிலை அந்த அடியைப் பெறுதல்.

குறுகுதல்

பெறுதற்கரிய பிறவியைப் பெற்ற மனிதன் அறிவு பெற்றிருப் பதனால் இது நல்லது இது அல்லாதது என்பதை உணர்கிறான். இறைவன் திருவடியைப் பெறுவதுதான் நம் கடமை என்று தெரிந்து கொள்கிறான். கல்வியினாலும், கேள்வியினாலும், சத் சங்கத்தினாலும் அந்த அறிவு அவனுக்கு வருகிறது. அறிவு வந்தால் போதுமா? அறிவதோடு நின்று விடுகிறவர்கள் எல்லோருமே சோம்பேறிகள். அந்த அறிவு முறுகினால் அவனுக்கு ஆசை பிறக்கிறது. அந்த ஆசை முறுகும்போது அவன் சாதனம் செய்யத் தொடங்குகிறான். சாதனம் செய்த பின்பு அதனுடைய பயனாகிய சாத்தியத்தை அடைகிறான்.

இறைவன் குறுகுதல்

இறைவனுடைய சிற்றடியைக் குறுகுதல் முதல் படி; பணிதல் இரண்டாவது படி; பெறுதல் மூன்றாவது படி. குறுகுதல் அறிவின் பயன். பணிதல் செயல். பெறுதல்,விளைவு அல்லது பயன். நாம் தன்னை அணுக வேண்டுமென்று கருதியே இறை வன் நம்மை அணுகிக் கொண்டிருக்கிறான். நம்முடைய உணர் வும், உடம்பும் அறிவும் அணுக முடியாத நிலையில் அவன் இருக்கிறான் என்று வேதங்கள் பேசுகின்றன. குணமும்

குறியும் இல்லாதவன் ஆகையால் வாக்கும் மனமும் அடையத்தக்க நிலையில் அவன் இல்லையென்று சொல்கிறார்கள். ஆனால் ஆண்டவன் அந் நிலையில் மாத்திரம் நில்லாமல் நம்மை அணுகி வருகிறான். நம்முடைய அறிவை அறிந்து அணுகுகிறான். தவலை நிறையச் சோறு இருந்தாலும் கரண்டியில் எடுத்து இலையில் பரிமாறுவது போல, தனக்கு எல்லாவற்றையும் கடந்து நிற்கும் நிலை இருந்தாலும் மக்களுடைய உள்ளமாகிய இலையில் பரிமாறுவதற்காகச் சிறிய திருவுருவத்தை எடுத்து வருகிறான். விசுவரூபம் எடுக்கிற ஆற்றல் உள்ள பெருமானே கண் காணுகின்ற அளவிலே மனிதனைப் போன்ற உருவத்தை எடுத்து வருகிறான். இது அவன் கருணையினால் செய்வது. அப்படி வரும்போது அவனுக்குப் பெருமை, வரவரக் குறுகிக் கொண்டு வருவது. நமக்குப் பெருமை உயருதல்; அவனுக்குப் பெருமை தாழ்தல். அவன் எத்தனைக்கு எத்தனை சிறியவனாக வருகிறானோ அத்தனைக்கு அத்தனை அவன் கருணை மிகுதி யாக விளங்குகிறது.

சிற்றடி

முருகப் பெருமானோ குழந்தையாகவே வந்துவிட்டான். நாம் பற்றிக் கொள்ள வேண்டுமென்று நினைக்கிற அந்தத் திருவடி வேதங்களால் சொல்லப்பட்டது; பூவுலகங்களை எல்லாம் கடந்துள்ளது என்று சொன்னால் மயக்கம் உண்டாகும். ஆகவே மிகப் பெருங்கருணையினால் சின்னஞ் சிறு அடியை உடைய வனாக, தளர் நடையிட்டு, நாம் அணுகக் கூடிய குழந்தை உருவத் தோடு வருகிறான். அவன் சிற்றடியை,

"சிற்றடியும் முற்றிய பன்னிரு தோளும்"

என்று பாடுவார் அருணகிரியார். அவன் பெரிய திருவடி சிறுத்ததற்குக் காரணம் நாம் சிறியவர்களாக இருப்பதுதான். தான் சிறுமையை ஏற்றுக் கொண்டு நாம் பெருமையை அடைய வேண்டு மென்ற கருணையினால் அவன் இறங்கி, இளையவனாக, குறு கியவனாக, சிறிய அடியைக் கொண்டு

வருகிறான். கண்ணனும் அப்படி வந்தான். மற்ற எந்த உருவத்திலும் சிறிய அடி இல்லை. தன் அடியை நம் மனத்தில் வைப்பதற்காக அல்லவா அவன் அப்படி வருகிறான்? நம்முடைய மனம் விரிந்தது அல்ல என்று நமக்கே தெரியும்.உலக இயலில் ஈடுபடுகிறவர்கள்கூட யாரை யாவது குறை சொல்ல வேண்டுமானால் 'விரிந்த மனம் இல்லாதவர்' என்று சொல்கிறார்கள். உண்மையில் இறைவனை வைத்துக் கொள்ளக் கூடிய விரிவு இந்த மனத்திற்கு இல்லை.

பெரிய பணக்காரன் ஒருவன் நல்லவனாக இருக்கிறான். அவனுக்கு ஏழையாகிய ஒரு நண்பன் இருக்கிறான். மாளிகையில் இருக்கிற பணக்காரனை, "எங்கள் வீட்டுக்கு வரவேண்டும்" என்று அந்த ஏழை அழைக்கிறான். ஏழை குடிக்கூலி கொடுத்துச் சிறிய அறையில் வாழ்கிறான். அந்த அறை மிகவும் சிறியது. பணக்காரன் வருவதாக இருந்தால் நான்கைந்து வேலைக்காரர்களுடன் வருவான்; எடுபிடி சாமான்களோடு வருவான்; பெட்டி பேழைகளுடன் வருவான். எல்லாவற்றையும் வைப்பதற்கு அந்த அறை இடம் காணாது. ஆனால் பணக்காரன் உண்மையான அன்பு உடையவனாக இருந்து, தன்னுடைய உறவினனுக்கு மகிழ்ச்சியைக் கொடுக்க வேண்டுமென்று எண்ணினால், அவ னுடைய அறைக்கு வரும்போது தன் பரிவாரங்களை விட்டு விட்டு வருவான்; ஆட்களைக் கூட்டிக் கொண்டு வர மாட்டான்; பெட்டி பேழைகளைச் சுமந்து வரமாட்டான்; தனி ஆளாக அவனுடைய அறைக்கு வந்து, அவன் அருகில் உட்கார்ந்து, அவன் இடுகிறது எதுவானாலும் உண்ணுவான்.

இறைவனும் அப்படித்தான் செய்கிறான். சின்னப் புத்தியும், சின்ன உள்ளமும், சின்ன ஆசையும் உடைய மனிதனுக்குச் சின்ன அடியை உடையவனாக அவன் வருகிறான்; சின்னஞ் சிறிய குழந்தைபோல வருகிறான். அவன் திருவடி குழந்தையின் சிற்றடி என்பதை அவன் வரும்போதே அந்தத் திருவடியில் அணிந்திருக் கிற தண்டையும், சதங்கையும் தம் ஒலியினால் புலப்படுத்து கின்றன. 'சரக் சரக்' என்று சத்தம் கேட்கிற செருப்பை ஒருவன் போட்டுக் கொண்டிருந்தால்

வரும் போதே இன்னார் வருகிறார் என்பது அதன் ஒலியினால் தெரியும். நம்முடைய வீட்டுக் குழந்தை வெளியில் போய் இருக்கிறது. அது ஓடி வரும்போதே அதன் தண்டை ஒலி காதில் கேட்டால் குழந்தை வருகிறதென்று தெரிந்து தாய் உவகை அடைகிறாள். அதுபோல் ஆண்டவன் தன் சிற்றடியிலே அதன் பெருமையைக் காட்டுகின்ற, அதாவது அதன் 'சிறுமை'யைக் காட்டுகின்ற சதங்கையும் அணிந்திருக்கிறான். திருவடியின் சிறுமையை, குழந்தையின் பெருமையை, நினைப்ப தற்குத் தண்டையும் சதங்கையும் அறிகுறிகளாக இருக்கின்றன. காலுக்குப் பெருமை, குழந்தை அடியாக இருப்பது. தண்டை, சதங்கைக்குப் பெருமை அது குழந்தையின் திருவடி என்று அடையாளம் காட்டுவது. அதனால்தான்,

"திருவடியும் தண்டையும் சிலம்பும்"

என்று அந்த அணிகளோடு திருவடியைத் தியானம் செய்யத் தொடங்குகிறார் அருணகிரியார்.

"தண்டையணி வெண்டயங் கிண்கிணிச தங்கையுந்
தன்கழல்சி லம்புடன் கொஞ்சவே"

என்று அருமையாகத் திருப்புகழிலும் பாடுகிறார்.

'இப்படி நீ எங்களுக்கென்று சிறிய அடியை எடுத்துக் கொண்டு எங்களை நோக்கி வந்து கொண்டிருக்கிறாய். நீ உருவத்தில் குறுகி எங்களைக் குறுகி வருகிறாய்" என்று எண்ணுகிறார்.

குறுகுதல் என்பதற்கு இரண்டு பொருள். அணுகுதல் என்பது ஒரு பொருள்; அளவில் குறுகுதல் என்பது மற்றொரு பொருள். அளவிலும் தான் குறுகி, அறிவினால் நாம் குறுகும்படியாக, அணுகும்படியாக வருகிறான். இதனை அவன் சிற்றடி காட்டுகிறது. முன்பே நாம் ஒரு பாடலில் பார்த்தோம் அல்லவா?

"தாவடி ஓட்டும் மயிலிலும் தேவர் தலையிலும்என் பாவடி ஏட்டிலும் பட்டதன் றோபடி மாவலிபால் மூவடி கேட்டு அன்று மூதண்ட கூட முகடுமுட்டச் சேவடி நீட்டும் பெருமான் மருகன்றன் சிற்றடியே."

அவனும் திருமாலைப் போலப் பெரிய திருவடியெடுத்து உலகத்தை அளக்கும் ஆற்றல் உள்ளவன்தான். உலகத்தை அளப்பதைவிட நம்முடைய மனத்தை அளக்க வேண்டுமென்ற ஆசையினால் முருகன் சிறிய திருவடியுடன் வருகிறான். எங்கே நம் குழந்தைகளுடைய உள்ளம் கொள்ளாமல் இருக்கப் போகிறதோ என்று அஞ்சி, தான் குழந்தையாகி, நம்முடைய எட்டடி அறைக்குள்ளே ஓர் அங்குல உருவமுடையவனாக வந்து குடியிருப்பதற்காக ஓடிவருகிறான். இப்படி ஓடி வருகிற கருணை யாளன் என்பதையே 'சிற்றடி' என்ற தொடரினால் அருணகிரியார் குறிப்பிக்கிறார்.

முருகன் எல்லா இடத்தும் சிற்றடியோடு போகிறவன் அல்ல. அவன் தன்னுடைய விசுவரூபத்தை இந்திராதி தேவர்களுக்குக் காட்டினான். இன்னும் அவன் திருவடியைக் காணாமல் ஏங்குகிறவர்கள் எத்தனையோ பேர் இருக்கிறார்கள். யார் யாருக்கு எப்படி எப்படித் தன் திருவடியைக் காட்ட வேண்டு மென்பது அவனுக்குத் தெரியும்.

யானைக்காரனுக்குப் பெண்டாட்டி ஒருத்தி இருக்கிறாள். அவளே யானைக்கு கவளம் கொடுப்பது வழக்கம். தன் குழந்தைக்கும் தினந்தோறும் சோறு ஊட்டுகிறாள். யானைக்குப் பெரிய கவளமாக எடுத்து ஊட்டுகிறாள். ஆனால் யானையினும் சிறந்த தன் குழந்தைக்கோ கொஞ்சம் கொஞ்சமாக எடுத்து ஊட்டுகிறாள். யானையின் கவளத்திற்கும், தன் குழந்தையின் கவளத்திற்கும் உள்ள வேறுபாடு அவளுக்குத் தெரியும்."அவ்வளவு பெரிய உருண்டையாக யானைக்குக் கொடுத்து, சின்னஞ்சிறு

உருண்டையாகக் குழந்தைக்கு கொடுக்கிறாயே!" என்று யாராவது அவளைக் கேட்கிறார்களா?

அப்படி, உலகம் எல்லாம் அடங்காத திருவடியைத் தேவர் களுக்குக் காட்டுகின்ற முருகன் பக்தர்களுடைய உள்ளத்தில் செல்வதற்காகக் குழந்தையாக, சின்னஞ் சிறிய திருவடியை உடையவனாக எழுந்தருளுகிறான். "இப்படி நீ சின்னஞ் சிறிய அடியை உடையவனாகக் குறுகி, எங்களைக் குறுகி வந்து கொண்டிருந்தும் நான் உன்னைக் குறுகவில்லையே!" என்கிறார் அருணகிரியார்.

நின்சிற்றடியைக்
குறுகிப் பணிந்து பெறக் கற்றிலேன்.

இறைவன் அடியாரைத் தேடி வருதல்

ஆண்டவனைத் தேடிக்கொண்டு நாம் போகிறோம். அவனும் நம்மைத் தேடிக் கொண்டு வருகிறான். நம்முடைய அடியைக் கொண்டு வேகமாக நடக்க முடியாது; அவன் அடியோ எத்தனை வேகமாகவும் நடக்கும். அவன் நம்மைத் தேடிவர நாமும் அவனைத் தேடிப் போகவேண்டும். அப்போதுதான் நாம் பயன்பெறலாம். நமக்கு அருள் செய்யவேண்டுமென்று அவன் வரும்போது நாம் தூங்கிக் கிடந்தால், "இவன் தூங்குகிறான்; விழிக்கட்டும்" என்று அவன் போய்விடுவான்.

அவன் எப்போதும் வந்து கொண்டிருக்கிறான் என்ற உணர்வு இருந்தால் நாம் எப்போது உணர்வு பெற்றாலும் அடுத்த நிமிஷமே அவனைப் பணியப் புறப்பட்டுவிடுவோம். இது பக்தர்களுடைய நிலை.

"நீ என்னை ஆட்கொள்வதற்காகச் சிற்றடியை உடையவனாக எழுந்தருளுகிறாய். நான் உன் அடியைக் குறுகவில்லையே!" என்று அருணகிரியார் கூறுகிறார்.

திருவடியைப் பற்றுதல்

மனிதப் பிறவியின் பயனாக இறைவனுடைய தத்துவத்தைத் தெரிந்து கொள்ளவில்லையே, வேதத்தை வாசிக்கவில்லையே, இறைவனுடைய உருவம் அவ்வளவும் பார்க்கவில்லையே என்று வருந்தவில்லை அருணகிரியார். இத்தனையையும் நாம் செய்வது கடைசியில் அவன் திருவடியைப் பற்றிக் கொள்வதற்காகத்தான்.

***"கற்றதனா லாய பயன்என்கொல் வாலறிவன்
நற்றாள் தொழாஅ ரெனின்"***

என்று வள்ளுவர் சொன்னார். இறைவனுடைய தாளை வணங்குவது தான் அறிவின் பயன். அப்போதுதான் நம் அகந்தை அடங்கும். அவன் நம்மைக் குறுகினாலும் அவனது அடியைப் பாராது உயரே பார்க்கிற மனிதர்களும் இருக்கிறார்கள். சூரபன்மன் அப்படித்தான் முதலில் பார்த்தானாம்.

***"கோலமா மஞ்ஞை மீதிற் குலவிய குமரன் தன்னைப்
பாலனென் றிருந்தேன் அந்நாள்; பரிசிவை
உணர்ந்திலேன்யான்; மாலயன் தனக்கும் ஏனை வானவர்
தமக்கும் யார்க்கும் மூலகா ரணமாய் நின்ற மூர்த்திஇம் மூர்த்தி
அன்றோ?"***

என்று அறிவு வந்த பிறகு சொல்கிறான்.

பணிதல்

அடியைக் குறுகினால் பணிவு உண்டாகும். "நான் உன் சிற்றடியைக் குறுகவில்லையே என்று சொன்னவர் அதற்கு அடுத்த நிலையாக, "உன் திருவடியைக் குறுகி அந்தச் சிற்றடியைப் பணியவில்லையே!" என்று சொல்கிறார்.

குறுகிப் பணிந்து,

ஆண்டவன் திருவடி என்பது ஞானமே வடிவமானது. அதனைப் பற்றிக் கொண்டால் அதுவே மோட்சமாகப் பரிணமிக்கும். முதலில் அதைக் காணும்போது நம்முடைய உள்ளத்தில் ஆசை உண்டாகும்; இதனைப் பற்றவேண்டுமென்ற ஆர்வம் உண்டாகும். கண்களால் கோயில்களில் உள்ள ஆண்டவன் திருவடியைக் காணலாம். அந்த உருவை உள்ளத்திலேயும் காண வேண்டும். இந்த இரண்டு வகையினாலும் அவனைக் குறுக வேண்டும். பின்பு செயல் தோன்ற வேண்டும்.

பெறுதல்

அவனைப் பணியவேண்டும். குறுகின அளவிலே நின்றால் போதாது. நாமும் உடம்பு குறுகி, உள்ளம் குறுகி, 'நாம் துதித்து வணங்கும் வண்ணம் குறுகி வந்தானே இறைவன்' என்று அவன் கருணையில் நனைந்து அவன் திருத்தாள்களில் விழவேண்டும். அப்படி வீழ்ந்தால் இறைவன் திருவருள் கிட்டும். எந்த அடியில் நாம் விழுகிறோமோ அந்த அடியே நமக்குக் காணியாகும். நாம் மோட்ச வீட்டை அடைவோம். தன்னைக் குறுகும்போது ஆர்வத்தைத் தருகின்ற அழகிய பொருளாக இருந்தது, பணியும் போது மெய்ஞ்ஞானமாகத் தோற்றும்; பெறும் போதோ அதுவே வீடாக இருக்கும்.

"பொக்கக் குடிலில் புகுதா வகைப்புண்ட ரீகத்தினும்
செக்கச் சிவந்த கழல்வீடு தந்தருள்"

என்று அருணகிரியார் சொல்வார். ஆண்டவன் சிற்றடியைக் கொண்டு, நம்மைப் போல நடந்து வருகிறான்; அப்படி வருவது நம்மைக் குறுகவைத்து, நம் தலையில் திருவடியை வைத்து, நம்முடைய பிறவியை மாற்றி, தன்னுடைய திருவடிகளாகிய வீட்டைக் கொடுத்துக் காப்பதற்காகத்தான்.

அவனும் மூன்று செயல் செய்கிறான். நம்மை அணுகிச் சிற்றடியைக் காட்டுகிறான். அதைத் தலையின் மேல் வைக்கிறான். பின்பு ஆட்கொள்ளுகிறான். நாமும் அவனை அணுகி, சிற்றடியைப் பணிந்து, அதனைப் பெறுவதற்காகப்

பற்றிக் கொள்ள வேண்டும். "இந்த மூன்று வகைச் செயல் செய்து பயன் பெறவில்லையே!" என்று அருணகிரியார் புலம்புகிறார்.

குறுகியும் பயன் பெறாதார்

பெரிய மனிதர்களை அணுகி, பொழுதுபோக்காக அவர் களுடன் விளையாடுகிற மக்கள் பலர் இருக்கிறார்கள். அவர் களால் பெரிய மனிதர்களை அணுகுவதன் பயனை அனுபவிக்க முடிவதில்லை. இறைவனை மூன்று பொழுதும் திருமேனியைத் தீண்டுவார் ஆகிய ஆதிசைவர்களில், பிறருக்காக வழிபட்டுப் பொருள் வருவாயைத் தேடிக் கொள்கிறவர்களாகச் சிலர் இருக் கிறார்கள். ஆனால் சுந்தரமூர்த்தி சுவாமிகள், நம்பியாண்டார் நம்பி போன்று அதனால் தாமே இன்பம் பெறுகிறவர்களும் உண்டு. குறுகிப் பயன் பெறாதவர்களும் இருக்கிறார்கள். அவர் களுக்கு அஞ்ஞானம் போகாமையினால்.

இறைவன் திருவடியைக் குறுகிப் பணிந்தால்தான் அதனைப் பெற முடியும். குறுகுதலும், பணிதலும் நம்முடைய செயல். பெறுதல் அவன் அருளால் கிடைக்கின்றது. நாம் குறுகுதலும், பணிதலும் உண்மையாக இருந்தால் நிச்சயம் அதனைப் பெறுவோம்."நான் கோயிலுக்குத் தினந்தோறும் போனேனே; நூற் றெட்டு முறை வணங்கினேனே; இன்னும் ஆண்டவன் திருவருள் செய்யவில்லையே" என்று சிலர் ஏங்குவது உண்டு. அவர்கள் குறுகியதும், பணிந்ததும் உண்மையான செய்கைகள் அல்ல. அது பயனைப் பெறாமையினால் தெரியும். ஓடத்தில் ஏறி ஆற்றைக் கடந்து சென்றால் நிச்சயமாகக் கரையை அடையலாம். ஓடத்தில் முதலில் ஏறவேண்டும். பின்பு அதை ஓடக்காரன் தள்ள வேண்டும். அக்கரைக்குப் போகும் படியாகத் தள்ள வேண்டும். நீர் போகிற போக்கிலே தள்ளினால் கடைசியில் கடலில் போய் விழ வேண்டியதுதான்.

அப்படி, இந்த உடம்பைப் பெற்று, இதில் இறைவனை ஏற்றுக் கொண்டு பிறவி என்னும் ஆற்றைக் கடக்க வேண்டும். குறுகிய அளவோடு நின்றுவிட்டால் பயன் இல்லை. குறுகிப் பணியும் அளவோடு நின்றுவிட்டாலும் பயன் இல்லை. அந்த அடியைப் பெறவேண்டும். குறுகுதலும், பணிதலும் ஆகிய இரண்டும் உண்மையாக நடந்தால் பெறுதலாகிய லாபம் நிச்சய மாகக் கிடைக்கும். "நான் அந்த அடியைப் பெறாமையினால், நான் குறுகவில்லை, பணியவில்லை என்று தெரிகிறது" என்று குறிப்பாக இதில் புலப்படுத்துகிறார் அருணகிரியார்.

பெறுதற்கரிய பிறவியைப் பெற்றும் நின் சிற்றடியைக் குறுகிப் பணிந்து பெறக் கற்றிலேன்.

இந்த மனிதப் பிறவி அறிவையும் கரணச் சிறப்பையும் உடையது. அந்த இரண்டினாலும் பெறுகின்ற பயன் இறைவனை வழிபடுதல். அந்தக் காரியத்தைச் செய்யாதவன் உடம்பைப் பெற்றதன் பயன் பெறாதவன் ஆகிறான். அப்படி ஆகாமல் உன்னுடைய திருவடியை அடைந்து, பணிந்து, அந்த அடியே மோட்சமாக அதைப் பெறவேண்டும் என்று உயர்ந்த நீதியை அருணகிரியார் இந்த இரண்டடியினாலே புலப்படுத்துகிறார். இனி அடுத்த இரண்டடியைப் பார்க்கலாம்.

3

'மனிதப் பிறவி பெறுவதற்கரியது. அதைப் பெற்றும் நான் செய்ய வேண்டியதைச் செய்யவில்லையே!' என்று முருகனைப் பார்த்து முறையிடுகின்றார் அருணகிரிநாதர். முருகப் பெருமானைப் பலவாறு பாராட்டி வருகின்ற அம்முனிவர் பெரும்பாலும் வள்ளியம் பெருமாட்டியைப் பற்றியே சொல்லுவார். தம் தம் இனத்தவரை நினைந்து பாராட்டுவது மக்கள் இயல்பு. மனித இனத்தினருள்ளே ஒருத்தியாக வாழ்ந்து எம்பெருமான் திருத் தோளை அணைந்த பெருமை வள்ளியம்பெருமாட்டிக்கு உரியது. மனித

இனத்திலே குறத்தியாகப் பிறந்தாள் என்று கருதாமல் அவளுடைய அன்பு ஒன்றையே ஏற்றுக் பெருங்கருணையினால் எம்பெருமான் ஆட்கொண்டமையினால் வள்ளி திருமணம் நிகழ்ந்தது. நாமும் அந்தக் கருணையையே வேண்டுகிறோம். ஆதலால் நம் இனத்தில் ஒருத்தியாக வாழ்ந்த வள்ளியோடு இறைவனைச் சார்த்தி நினைப்பதுதான் இயல்பு. அதனால் அவன் அருளைப் பெற விரும்புகிற பக்தர்கள் வள்ளிநாயகன் என்றே அவனைப் பெரும்பாலும் பேசுவார்கள். ஆனால் மற்றவற்றை மறக்க மாட்டார்கள். அவற்றையும் சொல்வது உண்டு.

அருணகிரிநாதப் பெருமான் இந்தப் பாட்டிலே, தேவசேனையின் நாயகன் என்று சொல்ல வருகிறார்.

மத கும்பகம்பத்
தறுகண் சிறுகண் சங்க்ராம சயில சரசவல்லி
இறுகத் தழுவும் கடகாசல பன்னிரு புயனே!

எம்பெருமான் ஆறுமுகமும் பன்னிரு திருத்தோளும் உடையவன். அந்தப் பன்னிரண்டு திருத்தோளையும் ஒருபெருமாட்டி அணைகிறாள். அவள் யார்?

உரிமையும் உழைப்பும்

அமுதவல்லி, சுந்தரவல்லி என்ற இரண்டு மகளிரும் திரு மாலின் குழந்தைகள். திருமால் முருகனுக்கு மாமன். 'நாம் நம் அத்தை மகன் முருகனை உரிமையோடு அடையலாம்' என்ற அகங்கார நினைப்பு அவர்களுக்கு இல்லை. அத்தை மகளையோ, மாமன் மகளையோ உரிமையுடன் மணந்து கொள்வதானாலும் பெண்ணைக் கொடுத்தால் சீதனம் வேண்டும் என்று கேட்கிற துண்டு அல்லவா? உரிமையோடு பெறவேண்டும் என்று நினைக்காமல் உழைப்பினால் பெறவேண்டும் என்று நினைத்தார்கள் அந்த இரண்டு பெண்களும். தவத்தின் பெருமையினால் முருகனைத் திருமணம் பண்ணிக் கொண்டால் உண்மையான இன்பம்

கிடைக்கும். உறவினால் திருமணம் பண்ணிக் கொண்டால் அந்தப் பெருமை பெற்றோர்களுக்கே போய்ச் சேரும். ஆகவே தமக்கே உரிய சிறப்பினால் அடையவேண்டும் என்று நினைத்தார்கள். "தான் தேடாப் பொன்னுக்கு மாற்றும் இல்லை; உரையும் இல்லை" என்று சொல்வார்கள் அல்லவா?

தவம் செய்தார்கள்.சுந்தரவல்லி மானின் வயிற்றிலே பிறந்து வேட அரசனிடம் வளர்ந்தாள். அமுதவல்லி இந்திரனுடைய பெண்ணாக ஐராவதத்தினால் வளர்க்கப் பட்டாள்.

வளர்தல்

ஒருமகா சக்ரவர்த்தியின் பெண் என்றால் குடிமக்கள் எல்லாம் அவளைத் தம் பெண்ணாக நினைத்துப் போற்றுவார்கள். தேவேந்திரனின் பெண்ணாகிய தேவசேனையை தேவர்கள் யாவரும் தங்கள் தங்கள் பெண்ணாகப் போற்றி வளர்த்தார்கள். தேவ லோகத்து அரம்பையர்கள் அவளைத் தம் கண்ணில் வைத்துக் காப்பாற்றினார்கள். இப்படி முப்பத்து முக்கோடி தேவர்களுக்கும் ஒரு பெண்ணாக, இந்திரனின் பெண்ணாக, ஐராவதத்தினால் வளர்க்கப் பெற்ற பெருமாட்டி தேவசேனை.

இந்திரனோ தனக்கு வந்த பெருந் துன்பத்தினாலே அமராவதியை விட்டே ஓடிச் சீர்காழியில் ஒரு மூங்கிலுக்குள் ஒளித் திருந்தான். மாயையின் பிள்ளையாகிய சூரன் தன் தம்பிமார் களோடு அமராவதியைக் கைப்பற்றிக் கொண்டு தேவர்களைச் சிறையில் அடைத்தான். இந்திரனின் மகனாகிய சயந்தனையும் சிறையில் போட்டான். இந்திராணி அஞ்சி மகாமேரு மலைக்குச் சென்று ஒளிந்து கொண்டாள்.

சூரசங்காரம்

உலகம் போற்றத் தேவர்களுக்கு விடுதலை அளித்து, மகிழ்ச்சி ஊட்ட ஆறுமுகநாதன் அவதாரம் பண்ணிச் சூரசங்காரம் செய்தான். தேவர்களுடைய சேனைகளுக்குத் தலைவனாக இருந்த ஆறுமுகநாதன், சூரசங்காரம் செய்து அமராவதியை

மீட்டுத் தேவராஜனிடம் கொடுத்தான். காமதேனுவை மீட்டுக் கொடுத்தான். தேவசேனாபதி என்று தேவர்கள் அவனை வணங்கிப் பாராட்டினார்கள். தேவசேனாபதியாக, அமரர் படைக்குக் காவலனாக இருந்து அந்தப் பெரிய போரை நடத்தி வெற்றி பெற்றான் எம்பெருமான். திருச்செந்தூருக்கு வந்து, நான்முகன் முதலியவர்களுடைய பூசையை ஏற்றுக் கொண்டு, திருப்பரங் குன்றம் அடைந்தான்.

இந்திரன் வேண்டுகோள்

தன்னுடைய அரசை மீட்டும் வாங்கிக் கொடுத்த ஆறுமுகப் பெருமானுக்குத் தேவேந்திரன் தன் பெண் தேவசேனையை மணம் செய்து வைக்க நினைந்து, இந்திராணியையும் தேவ சேனையையும் மேருமலையிலிருந்து அழைத்து வரச் சொன்னான். எல்லாத் தேவருடனும் எம்பெருமானிடத்தில் சென்று ஒரு விண்ணப்பம் செய்து கொண்டான்.
"எம்பெருமானே! போர் நடந்த காலத்து அமரர் சேனைக்குக் காவலனாக இருந்தாய்; தேவசேனாபதியாக இருந்தாய். இனிச் சண்டை இல்லை. என்றாலும் தேவசேனாபதி என்ற பட்டம் மாறக்கூடாது. சண்டை போடுகிற தேவசேனாதிபதியாக இல்லாவிட்டாலும், என் மகள் தேவசேனைக்குப் பதியாக இருந்து அருள் வழங்க வேண்டும்" என்று வேண்டிக் கொண்டான்.

"உலகம் எல்லாம் போற்றுகின்ற பெருமானே! உன் திருவருள் இல்லாவிட்டால் எங்களுக்கு வாழ்வு ஏது? அமராவதி ஏது? காமதேனு எது? சூரபன்மனை எதிர்க்கச் சக்தி இல்லாததனால் அவை எல்லாவற்றையும் நாங்கள் இழந்து நின்றோம். உன் திருவருளால் அவற்றையெல்லாம் மீட்டும் நாங்கள் பெறச் செய்தாய். இதற்கு நாங்கள் எங்களுடைய நன்றியைத் தெரிவித்துக் கொள்ள வேண்டாமா? பலகாலம் உன் பெருமை விளங்கிக் கொண் டிருக்கும்படியான அடையாளப் பரிசு ஒன்று கொடுக்க வேண்டாமா?

"எங்களிடத்தில் உள்ள பொருள் எல்லாவற்றையும் தந்தவன் நீ. அசுரக் கூட்டங்களை ஒழித்துத் தேவர்களைச் சிறைமீட்ட உனக்கு செய்ந்நன்றி யறிவுக்கு அடையாளமாக இந்த ஏழை செய்யத்தக்கது உண்டா? என்னிடத்தில் ஒரு பெண் இருக்கிறாள். என் திருமகள் தேவசேனையை நீ ஏற்றுக் கொள்ள வேண்டும்" என்று இந்திரன் பிரார்த்தித்தான்.

இதைக் கந்தபுராணம் அழகாகச் சொல்கிறது.

**"கன்னின்ற மொய்ம்பின் அவுணக்களை கட்டல் செய்தாய்
இந்நின்ற தேவர் சிறைமீட்டனை என்ற னக்கு முன்னின்ற
தொல்சீர் புரிந்தாய்அது முற்றும் நாடிச் செய்ந்நன்றி யாகச்
சிறியேன்செயத் தக்க துண்டோ?"**

பெரும் கூட்டம்; திருமால் ஒருபால், பிரமன் ஒருபால், அக்கினி வருணன் ஆகிய முப்பத்து முக்கோடி தேவர்கள் ஒரு பால். எல்லாரும் மிக்க மகிழ்ச்சியோடு எம்பெருமானைப் பார்த்துக் கொண்டிருந்தார்கள்.

முருகனுக்கு முன்னே இந்திரன் கையைக் கட்டி வாயைப் பொத்திக் கொண்டு நின்றான். "என்ன சமாசாரம்?" என்று எம் பெருமான் கேட்டவுடன் மெல்லச் சொல்லத் தொடங்கினான்.

'அமராவதி, காமதேனு, கற்பக விருட்சம் இவற்றை யெல்லாம் வைத்துக் கொண்டு நாங்கள் தருக்கி இருந்தோம். அசுரக் களைகள் முளைத்தன. எங்கள் ஆனந்தப் பயிரை அந்த அசுரக் களைகள் அழித்துவிட்டன. அந்தச் சமயத்தில் நீ வந்து உன் தோள் வலிமையினால் அவுணக்களையைக் களைந்தாய்.'

"கன்னின்ற மொய்ம்பின் அவுணக்களை கட்டல் செய்தாய்."

'இதோ நிற்கிறார்களே தேவர்கள். முன்பு இவர்கள் முகம் வாடித் தொங்கச் சூரனால் சிறைக்கூடத்தில் அடைக்கப்பட்டிருந் தார்கள். முகத்திலே இன்பம் பொங்க, தலையிலே மகுடம் ஒளி விட, மார்பிலே மாலை புரள இன்று விளங்கும்படி இவர்களை நீ சிறையிலிருந்து மீட்டாய்.

"இந் நின்ற தேவர் சிறைமீட்டனை."

"அதுமாத்திரமா? என்னைத் தேவருலகுக்கு அரசன், தேவேந்திரன், அமராவதி காவலன் என்று சொன்னார்கள். இந்திர பதவி என்பதை மிக உயர்ந்த பதவிக்குப் பெரியவர்கள் உதாரணமாகச் சொல்வார்கள். அந்த இந்திர பதவி, இந்திர போகம் எல்லா வற்றையும் நான் இழந்து சூரனுக்குப் பயந்து ஓடினேன். அந்தப் பழைய பெருமையை உன் திருவருளினால் பெற்றிருக்கிறேன். நான் இழந்துவிட்ட பெருமைகளை நீ சூரனைச் சங்காரம் செய்து, எனக்குத் திரும்பவும் அளித்தாய்.

"என்றனக்கு
முன்னின்ற தொல்சீர் புரிந்தாய்"

"இவற்றை இப்போது நினைக்கத் தோன்றுகிறது. முன்பு உன் பெருமையை நினைக்கத் தெரியவில்லை. எங்களுக்குச் செய்ந்நன்றி யறிவு இருக்கிறது. எல்லா வகையிலும் எங்களுக்கு வாழ்வளித்த உனக்கு, நான் என்ன கைம்மாறு செய்ய முடியும்?

"இது முற்றும் நாடிச்
செய்ந்நன்றி யாகச் சிறியேன்செயத்தக்க துண்டோ?"

'ஆனால் ஒரு விண்ணப்பம். பெரிய பெரிய காரியங்களைச் செய்து கீர்த்தியைச் சம்பாதித்துக் கொண்டிருக்கும் நீ, எங்களுடைய வேண்டுகோளுக்காக என் பெண்ணை ஏற்றருள வேண்டும். முன்பு அடியேன் பெற்ற மங்கை இந்தச் சபையில் வருவாள். அவளைத் திருமணம் புரிந்து கொண்டு, தூணைப் போன்ற வலிமையையுடைய உன் திருத்தோளில் அணைத்துக் கொள்ள வேண்டும்.

"முந்தே தமியேன் பெருமங்கைஇம் மொய்வ ரைக்கண் வந்தே அமர்வாள் அவள்தன்னை வதுவை செய்து கந்தே புரைநின் பெருந்தோளில் கலத்தி யாங்கள் உய்ந்தே பிறவிப் பயன்பெற்றனம் ஓங்க என்றான்."

"அப்போதுதான் நாங்கள் பிறவி எடுத்ததன் பயன் பெற்றவர்கள் ஆவாம்" என்ற இந்திரன் விண்ணப்பம் செய்து கொண்டான்.

அறிவுள்ள பெண்ணை, அழகான பெண்ணைப் பெற்று விடலாம். ஆனால் அவள் வளர்ந்து தளர்ந்து நிற்காமல் தனக்கு ஏற்ற நாயகனை அடையும்போதுதான் பெற்றவர்களுக்கு எல்லை இல்லா ஆனந்தம் உண்டாகும். பெண்ணுக்கு ஏற்ற தகுதி எதுவும் இல்லாத, முப்பது ரூபாய் சம்பளக்காரன் கையில் பிடித்துக் கொடுத்துவிட்டால் அது பின்னர்க் கண்ணைக் கசக்கிக் கொண்டு நிற்கும்போது, "ஐயோ! இது ஏன் என் வயிற்றில் பெண்ணாகப் பிறந்தது?" என்று பெற்றோர்களின் உள்ளம் வேதனைப்படும்.

இந்திரனுடைய பெண் தேவசேனைக்கு முருகனைக் காட்டிலும் சிறந்த மணவாளன் வேறு கிடைப்பானா? முருகன் இந்திரனுடைய வேண்டுகோளைச் செவிமடுத்து, "அப்படியே ஆகுக" என்றான்.உடனே திருமணத்திற்கு ஏற்பாடாயிற்று.

திருமண முயற்சிகள்

இந்திரன் திருமணம் செய்தால் அந்தத் திருமண மண்டபம் எப்படி இருக்க வேண்டும்? உலகத்தில் பெரிய பணக்காரர்கள் கலைஞர்களை அழைத்துச் சிறந்த வேலைப்பாடுடைய கொட்டகை போடச் சொல்வார்கள். தேவேந்திரன் விசுவகர்மாவைக் கொண்டு பெரிய மண்டபம் அமைக்கச் செய்தான். சிவ பெருமானும், உமாதேவியும் தங்கத் தனியான இடம்; அந்தப் பெருமானோடு வருகின்ற தேவர்கள் தங்கத் தனி இடம்; பூத கணங்களுக்கு ஏற்றபடி தனியிடம். எல்லோருக்கும் ஏற்றபடி உணவு. இப்படி மிக விரிவான ஏற்பாடுகளை இந்திரன் செய்தான். விசுவகர்மா இரத்தினகசிதமான வதுவை மண்டபம், வந்தவர்கள் தங்கும் மண்டபம் முதலியவற்றையும் அமைத்தான். வேண்டிய பொருளை எல்லாம் காமதேனு கொண்டு வந்து கொட்டிவிட்டது. நினைத்த மாத்திரத்திலே வெகுதூரத்தில்

உள்ள பொருள்களைச் சிந்தாமணி தந்தது. முப்பத்து முக்கோடி தேவர்கள் எம்பெருமானின் கல்யாணம் என்னும் உவகையினால் ஓடி ஓடி ஏற்பாடுகளைச் செய்தார்கள். வெறும் கல்யாணப் பத்திரிகையை மாத்திரம் இந்திரன் பல இடங்களுக்கு அனுப்பவில்லை. பத்திரிகையோடு தூதுவர்களையும் ஒவ்வோர் ஊருக்கும் அனுப்பினான். தேவர்களுக்கும் முனிவர்களுக்கும் தூதுவர்களை அனுப்பி வைத்ததோடு முசுகுந்த சக்கரவர்த்தி முதலாகிய பூவுலக அரசர்களுக்கும் அனுப்பினான்.

முசுகுந்தன்

முசுகுந்த சக்கரவர்த்தி கருவூரிலிருந்து சோழநாட்டை ஆண்டு வந்தான். அவன் இந்திரனுக்கு மிகவும் வேண்டியவன். ஒரு காலத்தில் வலம்புரி என்னும் அசுரன் இந்திரனைச் சண்டையில் தோல்வியுறச் செய்து அழிக்க இருந்தபோது முசுகுந்த சக்கரவர்த்தி தன் படைகளோடு சென்று அவனுக்குத் துணையாக இருந்து, வெற்றி வாங்கிக் கொடுத்தான். அந்தச் சமயத்தில்தான் தியாகராசப் பெருமானை அவன் இந்திரனிடத்திலிருந்து பெற்றான் என்று திருவாரூர்த் தல புராணம் சொல்கிறது. "சண்டையில் நீ எனக்கு உதவி செய்தாய். இன்று நான் பூவுலகத்தில் என் பெண்ணுக்குக் கல்யாணம் பண்ணுகிறேன். நீ வந்து உதவி செய்ய வேண்டும்" என்று இந்திரன் முசுகுந்த சக்கரவர்த்திக்கு ஓலை அனுப்பினான்.

நாம் மனித உடம்பும், குரங்கு மனமும் படைத்திருக்கிறோம். முசுகுந்த சக்கரவர்த்தி குரங்கு போன்ற முகத்தையும், மனிதர்களைப் போன்ற உடம்பையும் படைத்தவன்.

அப்படிப் படைத்ததற்கு ஒரு காரணம் உண்டு. கைலாசச் சோலையில் பரமேசுவரன் பார்வதியோடு பேசிக் கொண்டிருந்தான். அவர்கள் இருந்த இடத்தில் வில்வ மரம் ஒன்று இருந்தது. அந்த மரத்தின் மேல் குரங்கு ஒன்று விளையாடிக் கொண் டிருந்தது. சிவபெருமானும் அம்மையும்

பேசிக் கொண்டிருப் பதைக் கண்டு அவர்களுக்குப் பூசை செய்வது போல அது வில்வத்தைப் பறித்து ஒவ்வொன்றாகப் போட்டது. அம்மைக்குச் சிறிது கோபம் வந்தாலும், சிவபெருமான் அதை அடக்கி, "பக்தியினாலே அந்தக் குரங்கு நமக்கு அர்ச்சனை செய்கிறது" என்று சொல்லி, வில்வத்தால் அர்ச்சனை செய்பவன் மகா சக்கரவர்த்தி யாவான் என்பறிகிணங்கப் பூலோகத்தில் பெரிய சக்கரவர்த்தியாக இருப்பாய் என்று அருள் செய்தான்.

சிவபெருமான் அருளியதைக் கேட்டு அந்தக் குரங்குக்கு மகிழ்ச்சி உண்டாகவில்லை. அம்மை அப்பனின் காலில் வீழ்ந்து வணங்கி, "எம்பெருமானே! நான் என்ன பிழை செய்தேன்? எதற்காக என்னை இப்படிச் சபித்தீர்கள்? இங்கே தினந்தோறும் தேவரீரைத் தரிசனம் பண்ணிக் கொண்டிருந்தேன். உங்களை விட்டு நீங்கி மனிதப் பிறவியா எடுக்கவேண்டும்? உலகத்துக்குப் போய்விட்டால் எனக்குப் பக்தி இருக்குமா? பணம் படைத்தால் கடவுளை நினைக்கத் தோன்றாதே! மகாசக்கரவர்த்தியாகும்படி சொல்லி விட்டீர்களே! நில உலகத்திற்குச் சென்று செல்வமாகிய வலைக்குள் அகப்பட்டால் நான் மீட்டும் எங்ஙனம் உய்வு பெறப் போகிறேன்?"

**"நுங்களை வைகலும் நோக்கி உவப்பாய்
இங்குறை கின்ற திகந்து நிலம்போய் மங்குறு செல்வ
வலைப்படு வேனேல் எங்கள் பிரான்பினை எங்ஙனம்
உய்கேன்!"**

என்று விண்ணப்பித்துக் கொண்டது.

"உனக்குப் பக்தி இருக்கும்; என்னை மறக்கமாட்டாய். நல்ல காரியங்களைச் செய்வாய். 'குரங்கு வில்வத்தால் அர்ச்சனை பண்ணியது; மகா சக்கரவர்த்தி ஆயிற்று' என்று உன்னால் மக்களுக்குப் பக்தியும், நம்பிக்கையும் உண்டாகும். அதனால் நீ அங்கே போய் வா என்று கட்டளையிட்டான் இறைவன்.

"தங்கள் உத்தரவுப்படியே அங்கே செல்கிறேன். என்றாலும் மானிடப் பிறப்பில் மயங்காவண்ணம் இந்த முசுவின் முகத் தோடேயே பிறக்க வேண்டும். என் உடம்பு சக்கரவர்த்தியின் உடம்பாக இருக்கட்டும். ஆனால் என்னுடைய முகம் மட்டும் குரங்காக இருக்க வேண்டும்" என்று அக்குரங்கு கேட்டுக் கொண்டது. அப்படியே ஆண்டவன் அருள் செய்தான். குரங்கு முகத்தோடும், நல்ல அழகான மனித உடம்போடும் முசுகுந்த சக்கரவர்த்தி சோழ வமிசத்தில் பிறந்தான். பிறந்து சக்கரவர்த்தி யாகிக் கருவூரில் இருந்து ஆண்டு வந்தான். அப்போதுதான் இந்திரனுக்கு உதவி செய்தான்.

ஆகவே பரமேசுவரனுக்கும் அவன் வேண்டியவன்; இந்திர னுக்கும் வேண்டியவன். இரண்டு பக்கத்திலும் தொடர்பு உடை யவன் அவன். அங்கிருந்தும் பத்திரிகை வரும்; இங்கிருந்தும் பத்திரிகை வரும். கல்யாணத்திற்குத் தன் சேனைகளோடும் உறவினர்களோடும் புறப்பட்டு வந்தான்.

திருமணம்

தேவசேனையின் திருமணத்தை எண்ணித் தேவர்கள் யாவரும் திருப்பரங்குன்றத்திற்கு வந்து குழுமியிருந்தார்கள். பூலோகத்துச் சக்கரவர்த்திகள் பரிவாரங்களுடனும், உறவினர் களுடனும் வந்திருந்தார்கள். உமாதேவியும் சிவபெருமானும் பூதகணங்களுடனும் முனிபுங்கவர்களுடனும் வந்திருந்தார்கள். நன்றாக அலங்கரிக்கப்பெற்ற தேவசேனை வதுவை மண்டபத்திற்கு வந்து உமையையும் சிவபெருமானையும் வணங்கினாள். "ஆறுமுக நாதனின் பக்கத்தில் போய் அமர்ந்துகொள்" என்று இரண்டு பேரும் சொல்ல அவ்விதமே அவள் போய் உட்கார்ந்தாள்.

பிரமன் புரோகிதராக இருந்து நடத்த, வேதம் முழங்க, ஆகமங்கள் முழங்க, பற்பல வாத்தியங்கள் முழங்க, இந்திரன் தூய கங்கை நீரை முருகப் பெருமான் திருக்கையில் வார்த்து, "இந்தப் பெண்ணை நான் உனக்குத் தாரைவார்த்துக் கொடுக்கிறேன்" என்று சொன்னான்.

***"அன்னுழி இந்திரன் ஆறுமு கேசன் தன்னொரு
கையிடைத் தந்தியை நல்கி நின்னடி யேன்இவண் நேர்ந்தனன்
என்னாக் கன்னல் உமிழ்ந்த கடிப்புனல் உய்த்தான்."***

முருகன் திருக்கரத்தில் இந்திரன் நீர்பெய்து தாரை வார்த்துத் தேவயானையை அளித்தான்.

முருகன் அந்த நீரை ஏற்றுத் தேவயானையையும் மனைவியாக ஏற்றுக் கொண்டான். தன்னை அடைகின்றவர்களுக்கு வேண்டிய வேண்டியாங்கு ஈயும் எம்பெருமான், விரும்பும் அன்பர்களுக்கு முத்தியும் ஆக்கமும் கொடுக்கும் பெருமான், தன் திருக்கரம் கீழாக இருக்க, இந்திரனுடைய கரம் மேலாக இருக்க, அவன் தாரைவார்க்க ஏற்றுக் கொண்டான். யாருடைய கையின் கீழே எல்லாரும் நிற்கிறார்களோ அவனுடைய கையில் தூய கங்கை நீரை வார்த்து, "என் பெண்ணைத் தங்களுக்குக் கொடுத்தேன்" என்றான் இந்திரன். 'வாங்கிக் கொண்டேன்' என்று முருகன் ஏற்றுக் கொண்டான்.

***"மருத்துவன் மாமறை மந்திர நீரால்
ஒருத்தி பொருட்டினில் ஒண்புனல் உய்ப்பக்
கரத்திடை ஏற்றன னால்கழல் சேர்ந்தார்க்
கருத்திகொள் முத்தியும் ஆக்கமும் ஈவோன்."***

தலைமை பெறுதல்

தவப்பெருமாட்டி தேவசேனை தன்னிடம் வந்து சேர வேண்டும் என்பதற்காக இந்திரன் வார்த்த நீரைத் தன்கையை நீட்டி வாங்கிக் கொண்டான் முருகன். கல்யாணம் மிக்க சிறப்பாக நடந்தது. எல்லோரும் ஆனந்தத்தை அடைந்தார்கள். திருமணம் ஆனவுடனே ஆறுமுகநாதன், தன் மனையாட்டியுடன் தன்னுடைய அம்மையையும் அப்பனையும் சென்று வணங்கினான். உலகுக்கு வழிகாட்டுகின்ற பரமேசுவரனும் பார்வதியும் தங்களுடைய திருவடியில் வந்து வீழ்ந்து வணங்கிய ஆறுமுகநாதனையும் தேவசேனையையும் களிப்போடு எடுத்து வாரி அணைத்து அருள் செய்து பக்கத்தில் உட்கார வைத்து உச்சிமோந்தார்கள்.

உலகத்தில் நடக்கிறதைப் போல ஒரு நாடகத்தை நடித்தார்கள் அவ்விருவரும்.

“அடித்த லத்தில்வீழ் மக்களை இருவரும் ஆர்வத்
தெடுத்த ணைத்தருள் செய்துதம் பாங்கரில் இருத்தி முடித்த
லத்தினில் உயிர்த்துமக் கெம்முறு முதன்மை கொடுத்தும்
என்றனர் உவகையால் மீக்கொள்கொள் கையினார். "

"அப்பா, எங்களுக்கு வயசாகிவிட்டது. உலகினர் மாதா பிதா என்று இதுவரை எங்களுக்குத் தலைமை கொடுத்தார்கள். இனி நீங்களே அந்தத் தலைமைப் பதவியை ஏற்றுக் கொண்டு உலகிலுள்ள ஆருயிர்களுக்கு அம்மா அப்பாவாக இருந்து அருள் செய்து வருவீர்களாக! தலைமைப் பதவியை நீங்கள் எங்களிடமிருந்து வாங்கிக் கொண்டு எங்களுக்கு ஓய்வு கொடுங்கள்" என்று மகிழ்ச்சியோடு சொன்னார்களாம். "இனிமேல் எங்களுக்கு கவலை எதுவும் வேண்டாம். எங்களுடைய கவலையை எல்லாம் உங்களிடத்தில் தள்ளிவிட்டோம்" என்று சொன்னதோடு நில்லாமல், தலைமைப் பதவியையும் கொடுத்து ஆசீர்வாதம் செய்துவிட்டு அங்கிருந்து எழுந்து போனார்களாம்.

தம்முடைய குழந்தைக்குக் கல்யாணம் ஆகி, மனையாட்டி யோடு அவன் குடித்தனம் செய்ய ஆரம்பித்தவுடனே சிவ பெருமான் பார்வதியைப் போல வயசு வந்த பெற்றோர்கள் நடந்து கொண்டால் சண்டை வராது. இந்த உண்மையைத் தன் அருள் விளையாடலிலே வைத்துக் காட்டினான், சிவபெருமான். மயானம் போகுமட்டும் அதிகாரத்தைப் பிடித்துக் கொள்ள விரும்பினால் சண்டைதான்; துக்கந்தான். தங்கள் குழந்தைகளிடத்தில் மனப் பூர்வமாகத் தங்கள் அதிகாரத்தில் ஒரு பங்கைவிட்டுக் கொடுத்துவிட்டால் போதும்; அவர்கள் பன்மடங்கு அன்போடு பாதுகாப்பார்கள். பற்றைச் சிதறவிடாமல் பற்றிக் கொண்டிருந்தால் துன்பந்தான் வரும். இதை ஆண்டவன் நமக்கு நாடகமாகக் காட்டினான்.

உண்மையாகச் சொல்லுகின்ற நல்லவர்களுடைய வார்த்தை உடனே அமலுக்கு வந்துவிடும். சிவபெருமானும் அம்மையும்,

"முடித்த லத்தினில் உயிர்த்துமக் கெம்முறு முதன்மை கொடுத்தும்"

என்று சொல்லிப் புறப்பட்டுப் போனவுடன் அவர்கள் எந்த ஆசனத்தில் அமர்ந்திருந்தார்களோ அந்த ஆசனத்தில் இவர்கள் இரண்டு பேரும் அமர்ந்தார்கள்.

'என்ன பைத்தியக்காரத்தனம்! அப்பா, அம்மா சொன்னார்கள் என்றால் உடனே பிள்ளை அப்படிச் செய்யலாமா? அவர்கள் ஆசனத்தில் அமரலாமா?" என்று கேட்கத் தோன்றும். நம்முடைய அப்பா அம்மா அப்படி மனசாரச் சொல்கிறது இல்லை; பிள்ளையும் மனசார எடுத்துக் கொள்ளுவதும் இல்லை; எடுத்துக் கொள்ள அஞ்சுவான்.

இங்கே சிவபெருமான் உண்மையிலேயே சொல்லி விட்டுக் கைலாசம் புறப்பட்டுப் போனான். உடனே அவனுடைய கட்டளைப்படி இவர்கள் அவர்களுடைய ஆசனத்தில் உட்கார்ந்து கொண்டு ஆருயிர்களுக்கு அருள் பாலித்தார்கள்.

'முருகப்பெருமான் சிவபெருமானின் பிள்ளை. தன் பிள்ளையை உலகம் எல்லாம் வணங்க வேண்டும் என்பதற்காகச் சிவபெருமான் அப்படிச் சொல்லித் தலைமைப் பதவியைக் கொடுத்துவிட்டுப் போனான்' என்று நாம் நினைப்போம். முருகப் பெருமானைச் சிவபெருமான் சொல்வதற்கு முன்பே உலகம் போற்றித் துதிக்க ஆரம்பித்துவிட்டது. அவனுடைய தண்டைச் சிற்றடியைத் தேவர்கள் தம் தலையில் வைத்துக் கொண்டு சூரசங்காரம் ஆனது முதலே போற்ற ஆரம்பித்துவிட்டார்கள். அவனை மாத்திரம் போற்றினால் போதாது. தேவ சேனையையும் அவர்கள் போற்ற வேண்டும் என்கிற மேலான கருணையினாலே சிவனும் பார்வதியும் தங்கள் தலைமைப் பதவியைத் தந்து, முருகனையும் தேவசேனையையும் தாய்

தந்தையாகப் போற்றி ஆருயிர்கள் உய்வு பெறட்டும் என்று அப்படிச் செய்தார்கள். முருகனுக்கு இங்கே புதிதாக முதன்மை வரவில்லை. தேவ சேனைக்குக்குத்தான் இதுவரையில் இல்லாத முதன்மை வந்தது. இது வரையிலும் அவள் இந்திரன் பெண். இனியும் இந்திரன் பொண்ணாக நினைக்கக்கூடாது. எல்லாரும் வணங்குகின்ற திருவடியை உடைய தெய்வமாகி விட்டாள். எந்தக் கணத்தில் முருகப் பெருமான் கட்டிய திருமாங்கல்யம் அந்தப் பெருமாட்டி கழுத்தில் ஏறிற்றோ அந்தக் கணம் முதலே அவள் திருவடி எல்லோராலும் வணங்கும் தெய்வத் திருவடியாகிவிட்டது. அதை எல்லோரும் அறிய வேண்டும் என்பதை நினைந்தே பரமேசுவரனும் உமையும் அவர்களுக்குத் தலைமைப் பதவி கொடுத்தோம் என்று சொல்லிப் போக, இரண்டு பேரும் அவர்கள் அமர்ந்திருந்த பீடத்தில் எழுந்தருளினார்கள்.

"உமையும் ஈசனும் இருந்திடு பீடிகை உம்பர்க்
குமர நாயகன் தெய்வதக் களிற்றொடுங் கூடி அமர,
அன்னது காண்டலும் மகிழ்சிறந் தன்னார்
கமல மெல்லடி தொழுதனர் வாழ்த்தினர் களிப்பால்,"

அதைப் பார்த்தவுடன் தேவர்கள் எல்லாரும் மிக்க ஆனந்தம் அடைந்தார்கள். 'இந்திரன் இப்பெருமாட்டியைக் கன்னிகாதானம் செய்து கொடுத்தானே! ஆறுமுக நாதனும் இந்தத் தெய்வதக் களிற்றைத் திருமணம் செய்து கொண்டானே! இதைப் பார்க்க நாம் எத்தனை பாக்கியம் பண்ணினோம்!' என்று எல்லாரும் மகிழ்ச்சி அடைந்தவர்களாய் அவர்களுடைய தாமரை போன்ற மென்மையான திருவடிகளைத் தொழுது வாழ்த்தி வணங்கினர். "ஆயிரம் கண் படைத்த பயன் இன்றுதான் எய்தப் பெற்றேன்" என்று இந்திரன் எல்லையில்லா மகிழ்வெய்தி அவர்களை வணங்கினான். பிரமன் திருமால் முதலாய தேவர்களும், பூவுலகச் சக்கரவர்த்திகளும் வணங்கினார்கள். முசுகுந்த சக்கரவர்த்தி இத்தகைய தெய்வத் திருமணத்தைக் காணும் பேறு கிடைத்ததே என்று மகிழ்வெய்தினான்.

சோமாஸ்கந்தமூர்த்தி

இந்திரன் ஒரு சமயம் திருப்பாற்கடலுக்குச் சென்றிருந்தான். திருமால் பாம்பணையில் படுத்துக் கொண்டிருந்தார். அவருடைய மார்பில் சோமாஸ்கந்தமூர்த்தி இருந்தார். ஒரு பக்கம் சிவன், மற்றொரு பக்கம் உமை, நடுவில் முருகப் பெருமான் உள்ள கோலமே சோமாஸ்கந்தமூர்த்தி, உமையுடனும் கந்தனுடனும் இருப்பவன் என்று பொருள். பிள்ளை இல்லாமல் திருமாலின் மனம் வேதனைப்பட்டுக் கொண்டிருந்த போது, "சோமாஸ்கந்த மூர்த்தியை உபாசனை செய்; பிள்ளை பிறக்கும்" என்று ஒரு முனிவர் சொன்னாராம். திருமால் அப்படியே பூசை செய்தார். மன்மதன் பிறந்தான். இவ்வாறு புராணம் சொல்கிறது. அந்தச் சோமாஸ்கந்தமூர்த்தியை, "யாருக்கும் கொடுக்காதே" என்று சொல்லித் திருமால் இந்திரனிடத்தில் கொடுத்தாராம்.

திருமாலின் மார்பில் உட்கார்ந்திருந்தவர் சோமாஸ்கந்த மூர்த்தி. அவரே தியாகராஜன். நடராஜா நின்று கொண்டிருக் கிறார். தியாகராஜா உட்கார்ந்து கொண்டிருக்கிறார். அவர் நின்று கொண்டு ஆடுகிறார். இவர் திருமாலின் மார்பில் உட்கார்ந்து கொண்டு ஆடுகிறார். சுவாசம் உள்ளே போய் வரும் போது மார்பு வீங்கித் தணிய, இவர் உட்கார்ந்து கொண்டே ஆடுவதுபோல் இருக்கிறதாம். அதனால் இருந்தாடும் அழகர் என்று இவருக்குப் பெயர். நடராஜ மூர்த்தி நின்றுகொண்டு ஆடும் நடனத்திற்கு ஆனந்தத் தாண்டவம் என்று பெயர். உட்கார்ந்து கொண்டே ஆடுகிற தியாகராஜரின் நடனத்திற்கு அஜபா நடனம் என்று பெயர். அஜபை என்றால் வாயினாலே ஜபிக்காமல் மனசினாலே சுவாசத்தோடு ஜபிக்கிறது என்று பொருள். அது ஒரு மந்திரம்.

உசுவாச, நிசுவாசத்தோடே கலந்து உள்ளுக்குள் மனசினாலே சொல்கிற, ஜபிக்காத மந்திரம் அஜபை. திருமால் தம்முடைய மூச்சுக் காற்றோடு அதை ஜபிக்கிறார். சுவாசம் உள்ளே போகும் போது மார்பு விம்மி, வெளியே போகும்போது தணிகிறது; அவர் மார்பிலிருந்து தியாகராஜா அமர்ந்தபடியே

ஆடுகிறார். அஜபா மந்திரத்தைத் திருமால் சொல்லுகையில் ஆடுவதால் இதற்கு அஜபா நடனம் என்று பெயர் வந்தது.

இந்த மூர்த்தியைத் திருமாலிடமிருந்து இந்திரன் வாங்கிக் கொண்டான். "நீ யாருக்கும் எந்தக் காலத்திலும் கொடுக்காதே" என்று சொல்லி நாராயணமூர்த்தி அவனுக்குக் கொடுத்தார்.

முசுகுந்தன் செயல்

இந்திரன் தனக்கு உதவி செய்த முசுகுந்த சக்கரவர்த்திக்குக் கைம்மாறாக ஏதாவது செய்ய வேண்டும் என்று எண்ணி, "உனக்கு என்ன வேண்டும்?" என்று கேட்டான். நம்மைப் போல பக்தி இல்லாதவனாக இருந்தால், இன்னும் கொஞ்சம் பொருள் கொடு என்று வாங்கிப் போயிருப்பான். நல்ல பக்தி உடையவன் ஆதலாலே, "நீ வைத்திருக்கும் சோமாஸ்கந்தரைக் கொடு" என்று கேட்டான்.

இந்திரன் 'கேட்டதைக் கொடுக்கிறேன்' என்று சொன்னான் அல்லவா? இப்போது கொடுக்கக் கூடாத பொருளை அவன் கேட்டு விட்டான். என்ன செய்வது என்று இந்திரன் யோசித்தான். உடனே விசுவகர்மாவை அழைத்து அதே போன்று வேறு ஒரு சோமாஸ்கந்தமூர்த்தியைப் பண்ணச் சொல்லி, அதை மன்னனிடம் கொடுத்து ஏமாற்ற நினைத்தான். முசுகுந்த சக்கரவர்த்தி அதை வாங்கிக் கொண்டவுடனே, நல்ல பக்தி உடையவனாதலால் உண்மையை உணர்ந்து, "இது அல்ல அந்தச் சோமாஸ்கந்த மூர்த்தி; அதைத் தா" என்று கேட்டானாம். உடனே இந்திரன் விசுவகர்மாவைப் பின்னும் ஒன்று பண்ணச் சொல்லி அதைக் கொடுத்தான். அதையும் வாங்கிக் கொள்ள மறுத்தான் முசுகுந்தன். இப்படியே ஏழு சோமாஸ்கந்தமூர்த்தியைக் கொடுத்தும் அவன் ஏமாறவில்லையாதலால் உண்மையான சோமாஸ் கந்தரையே இந்திரன் கடைசியில் கொடுத்து விட்டான். இந்தச் சோமாஸ்கந்த மூர்த்தியைத்தான் அந்தச் சக்கரவர்த்தி திருவாரூரில் பிரதிஷ்டை பண்ணினான் என்று

புராணம் சொல்கிறது. மற்ற ஆறு மூர்த்திகளையும் ஆறு வேறு இடங்களில் பிரதிஷ்டை பண்ணினான்.

அந்த முசுகுந்தன் இப்போது தேவசேனையோடு அம்மையப்பனாக வீற்றிருந்த முருகனை வழிபட்டுப் பேரானந்தம் அடைந்தான்.

இதுவரைக்கும் அம்மா அப்பாவுக்கு நடுவில் குழந்தையாக, நடுநாயகமாக வீற்றிருந்த பெருமான், திருப்பரங்குன்றத்தில் தேவசேனையோடு திருக்கல்யாணக் கோலங்கொண்டு வீற்றிருந்து உலகத்திற்கெல்லாம் அருள் செய்யலானான்.

குழந்தை இல்லாதவர்கள் சஷ்டி விரதத்தை அநுசரிப்பார்கள். முக்கியமாகத் தேவயானையை வழிபடுவது வழக்கம். அதனால் அந்தப் பெருமாட்டிக்குச் சஷ்டி தேவி என்று பெயர். தேவ சேனையைத் தேவயானை என்று சொல்வார்கள். தேவயானையாகிய ஐராவதத்தினால் வளர்க்கப் பட்டவளாதலினால் அந்தப் பெயர் வந்தது. அவளைத் தேவகுஞ்சரி என்றும் சொல்வதுண்டு. யானை என்ற பெயர் இருப்பதை எண்ணிப் புலவர்கள் பல வகையில் கற்பனை செய்வார்கள். அருணகிரியார்.

மத கும்ப கம்பத்
தறுகன் சிறுகண் சங்க்ராம சயில சரசவல்லி
இறுகத் தழுவும் கடகாசல பன்னிருபுயனே

என்று பாடுகிறார். தேவயானையை இறுகத் தழுவும் பன்னிரண்டு தோளாகிய மலைகளை உடையவன் முருகன். அந்தத் தோள்களில் வளைகளை அணிந்திருக்கிறான். மலையைச் சுற்றிப் பட்டை போட்டது போலக் கடகம் விளங்குகிறது. யானை மலையில் விளையாடுவது. தேவ யானையை யானை தந்த கொடி போன்ற பெண் யானைக்குட்டியாக உருவகம் செய்து, அந்த யானை முருகனுடைய கடகம் அணிந்த பன்னிரு தோள்களாகிய மலையில் விளையாடுகிறது என்று வருணிக்கிறார்.

இத்தகைய உருவகத்தை வேறு புலவர்களும் சொல்லியிருக்கிறார்கள்.

யானையும் மலையும்

கச்சியப்ப சிவாசாரியார் தேவயானை திருமணத்தை வருணித்து விட்டுக் கடைசியில் அலங்காரமாக ஒரு பாட்டுப் பாடுகிறார்.

தேவலோகத்தில் உதித்தவள் தேவயானை. அந்தப் பெருமாட்டியை முருகப் பெருமான் திருமணம் செய்து கொண்டான். தேவ யானைக்குச் செவ்வேளாகிய முருகன் நாண் கட்டினான். திருமங்கல நாண் பூட்டுவது திருமணத்தில் முக்கியமான செயல் அல்லவா? நாண் என்பது திருமங்கல்ய நாணையும், கயிற்றையும் குறிக்கும். அப்படிக் கட்டி நல்ல ஆபரணங்களை அணிவித்து, அங்குசம் கொண்டு தன்னுடைய புயமாகிய தூணில் பிணித்தான் என்று அவர் பாடுகிறார்.

"சேணு தித்திடு தெய்வதக் களிற்றினைச் செவ்வேள்
நாணி னிற்கட்டி நகரிடைத் தந்துநற் கலன்கள்
பூணு தற்றுறும் அங்குசங் கைக்கொடு புயமாம்
தூணு றப்பிணித் தணைத்தனன் அருளெனும் தொடரால்."

இங்கே அங்குசம் என்பது, அங்குசம் என்னும் ஆயுதத்தையும், அழகிய தனம் என்பதையும் குறிக்க வந்த சிலேடை. நெடுந் தூரத்தில் வாழ்ந்திருந்த யானையைக் கயிற்றினால் கட்டித் தன் ஊருக்குக் கொண்டு வந்தான் என்ற ஒரு பொருள் தொனிக்கிறது.

குமரகுருபரர் முத்துக்குமாரசுவாமி பிள்ளைத் தமிழில் முருகனுடைய பன்னிரு தோள்களையும் மலைகளாகச் சொன்னவர், அந்த மலைகளில் இந்திராணி வளர்த்த யானை விளையாடுகிறது என்று பாடுகிறார். கற்பகமரத்தின் அடியில் சிவந்த கண்ணை யுடைய இந்திராணி வளர்த்த கும்பம் போன்ற நகில்களை உடைய உவகை பெற்ற தேவயானை

விளையாடுவதற்குரிய பன்னிரண்டு மலைகளைப் போன்ற தோளை உடையவன் என்று பாராட்டுகிறார்.

**"பூமேவு கற்பகப் பொங்கரிற் செங்கட்
புலோமசை வளர்த்தகும்பப்
புணர்முலைக் களியானை விளையாடு பன்னிரு
பொருப்பனை."**

கொடி படர்ந்த தோள்

அருணகிரியார் தேவயானையைச் சொல்வதை இனி விவரமாகப் பார்க்கலாம். அவள் யானையினால் வளர்க்கப் பெற்ற, யானைக்குப் பெண்ணாகிய கொடி போன்றவள்.

யானை மலையைப் போல இருப்பதால் அதை மலை யென்றும் சொல்வது உண்டு. மலைக்கும் அதற்கும் வேறுபாடு காட்டுவதற்காக மதமலையென்று சொல்வார்கள். மலைபோன்ற ஐராவதத்தால் வளர்க்கப்பெற்ற இன்பக் கொடி தேவயானை என்று பாடுகிறார் அருணகிரியார்.

**மதகும்ப கம்பத்
தறுகட் சிறுகட் சங்க்ராம சயிலம்**

என்று ஐராவதத்தைக் குறிக்கிறார். மதம் நிரம்பியது. மதநீர் வழிகின்ற மத்தகத்தை உடையது. எப்போதும் அசைந்து கொண்டே இருப்பது. கடுமையானது. சிறிய கண்ணை உடையது. இவை யாவும் யானைக்கு இலக்கணம். போரில் இந்திரன் ஐராவதத்தின் மேல் ஏறிப் போர் செய்வான். அப்போது எதிரிகளை எதிர்த்துப் போராடி வெற்றி கொள்வது அந்த யானை. சங்க்ராமம் - போர். போரில் மலைபோன்று நிற்கிற ஐராவதத்தை,

**மதகும்ப கம்பத்
தறுகட் சிறுகட் சங்க்ராம சயிலம்**

என்று வருணித்தார் அருணகிரியார். அந்தச் சயிலத்தினுடைய பெண்ணாகிய கொடி போன்றவள் தேவயானை. சரசம் என்பது இன்பம் என்ற பொருள் உடையது.

சங்க்ராம சயில சரசவல்லி.

இந்தக் கொடி முருகப் பெருமானுடைய தோளில் படர்ந்தது.

இறுகத் தழுவும் கடகாசல பன்னிரு புயனே.

தேவயானை முருகப் பெருமானை இறுகத் தழுவினாள்; தழுவி இன்புற்றாள். அந்தத் தோள்களும் மலையைப் போல உயர்ந்து நிற்பவை. மலைக்கும் அவன் தோளுக்கும் வித்தியாசம், அந்தத் தோளில் கடகம் அமைந்திருப்பது. கடகம் அமைந்த பன்னிரண்டு மலைகளைப் போன்ற தோள்களை உடையவன் முருகன். மதம் பொழிகின்ற சங்க்ராம சயிலம், யானை. அதனால் வளர்க்கப் பெற்ற சரசவல்லியாகிய தேவயானை வேறு ஒரு மலையைச் சார்ந்தாள். உயர்ந்த இடத்தில் பிறந்த பெண் தன் பிறந்தகத்திற்கு ஏற்ற பொருத்தம் உடைய இடத்தைத் தானே சேர்வாள்? ஆகையால் ஒரு மலையில் பிறந்து மற்றொரு மலையைச் சேர்ந்தாள் என்று நயம்படச் சொல்கிறார் அருணகிரியார். அவள் பிறந்து வளர்ந்த இடம் சங்க்ராம சயிலம். அவள் படர்ந்து இறுகத் தழுவிய இடம் கடகாசலம்; வளையை உடைய மலை.

போரிட்ட யானை

சூரபன்மனுடன் சண்டை இடும்போது இந்திரனும் சண்டை செய்தான். முருகப் பெருமான் துணை இருந்ததனால் அவன் அஞ்சாமல் சண்டை செய்தான். தனியே சூரபன்மனை எதிர்ப்பதற்கு அவனுக்கு ஆற்றல் இல்லை. இறைவனாகிய தலைவன் அருகில் இருக்கும் தைரியத்தால் எல்லோருமே சண்டை செய்தார்கள். ஐராவதமும் தன்னுடைய ஆற்றலைக் காட்டியது. போருக்குப் பிறகு தேவயானையின் மணம் நடந்தது. ஆகையால் அந்தப் போரில் உண்டான

காயங்களுடன் ஐராவதம் நின்றது. அருணகிரியார் அதை நினைப்பூட்டுகிறார். இப்போதுதான் போரில் புகுந்து மதம் பொழிகின்ற மத்தகத்தோடு எதிரிகளை எதிர்த்துப் போரில் பெற்ற அடையாளங்களுடன் இதோ நிற்கிறது ஐராவதம். இந்த ஐராவதத்தின் பெண்ணை எம்பெருமான் திருமணம் செய்து கொண்டான் என்று நினைப்பூட்டுவது போல ஐராவதத்தைச் சங்க்ராம சயிலம் என்று குறிப்பிட்டார். வேறு நிகழ்ச்சியையும், வேறு அடையாளங்களையும் சொல்லியிருக்கலாம். ஆனால் தேவையானையின் திருமணத்திற்கு முன்னால் நிகழ்ந்தது போர். ஆகையால் இவ்வாறு சொன்னார். அந்தப் போரில் தேவர்களுக்கு வெற்றி கிடைத்தமையினால் நன்றி யறிவுக்கு அறிகுறியாகத் தேவயானையை இந்திரன் மணம் செய்து கொடுத்தான் என்பதை முன்பு பார்த்தோம் அல்லவா?

முருகப் பெருமான் தேவயானையாகிய கொடியைத் தன் திருத்தோள்களின் மீது படர விட்டுக் கொண்டான். அந்தக் கொடி அதற்கு முன்னால் தளர்ந்து இருந்தது. அந்தக் கொடிக்கு ஏற்ற கொழுகொம்பாக இறைவன் அருள் புரிந்தான்.

பெண்களுக்குப் பெருமை

பெண்களுக்குப் பெருமை கணவரால் வருவது. எத்தனை சிறப்பு இருந்தாலும், பெரிய இடத்தில் பிறந்திருந்தாலும் கல்வி அறிவைப் பெற்றுப் பண்புடையவர்களாக இருந்தாலும் அத்தனையும் நிறைவு பெறுவது கணவனை அடைந்த பிறகுதான். அதுவரைக்கும் அவர்கள் தலைநிமிர்ந்து நடக்கவும் அஞ்சுவார்கள். கணவனுடன் சேர்ந்த பெண்களுக்கே பெருமிதம் உண்டாகும். தேவசேனையும் ஐராவதத்தின் மகளாக வளர்ந்தும், இந்திரனுடைய மாளிகையில் வாழ்ந்தும் பெற்ற பெருமை சிறந்ததன்று. முருகப்பெருமானை அடைந்த பிறகே அந்தப் பெருமாட்டிக்குத் தலைமை கிடைத்தது. தேவர்கள் வணங்கினார்கள்; அவளை வளர்த்த இந்திரனே வணங்கிப் பாராட்டினான்.

கிரியா சக்தி

முருகப்பெருமானுக்குரிய தேவியாகிய தேவயானை கிரியா சக்தி ஆவாள். இச்சா சக்தி, கிரியா சக்தி, ஞான சக்தி என்று இறைவனுக்கு மூன்று சக்திகள் உண்டு. இச்சா சக்தி, வள்ளியம் பெருமாட்டி. ஞான சக்தி முருகன் கையில் உள்ள வேலாயுதம். கிரியா சக்தி தேவயானை.

ஒரு காரியத்தைச் செய்யவேண்டுமென்று நினைக்கிறோம். அதனை நன்றாகச் செய்ய வேண்டுமென்று ஆசைப்படுகிறோம். அதை எப்படி எப்படிச் செய்ய வேண்டுமென்று திட்டமிடுகிறோம். திட்டப்படியே வேலை செய்து காரியத்தைச் சாதித்துக் கொள்கிறோம். எல்லாவற்றுக்கும் மூலமாக இருப்பது செய்ய வேண்டுமென்ற ஆசை. பின்பு அதற்குரிய வழிகளைக் காட்டுவது அறிவு. அதன் பிறகு செயல் முகிழ்க்கிறது. ஆசை, அறிவு, செயல் என்ற மூன்றும் எல்லா மக்களிடத்திலும் இருக்கின்றன. ஆசை என்பதுதான் இச்சை. அறிவு என்பதுதான் ஞானம். செயல் என்பது தான் கிரியை. இச்சா சக்தி, கிரியா சக்தி, ஞான சக்தி ஆகிய மூன்றும் எல்லோரிடத்திலும் உண்டு. ஆனால் நம்மிடத்தில் அந்த மூன்று சக்தியும் மிகக் குறைந்த அளவில் இருக்கிறது. நம்மைக் காட்டிலும் அதிகமான சக்திகள் தேவர்களிடம் இருக்கின்றன. எல்லாவற்றுக்கும் மேலாக இந்த மூன்று வகைச் சக்திகளுக்கும் மூலமாக இறைவனிடத்தில் உள்ள சக்திகள் அமைகின்றன.

மனிதனுடைய ஆசை அவனவன் இயல்புக்கேற்ற அளவில் வேறுபடுகிறது. தீபாவளி வந்தால் என் குழந்தை இரண்டு கட்டுப் பட்டாசுக்கு ஆசைப்படுகிறது. என் மனைவி பட்டுப் புடவைக்கு ஆசைப்படுகிறாள். நான் இரண்டு மாதப் போனசுக்கு ஆசைப்படுகிறேன். ஆசை என்பது பொதுவாக இருந்தாலும் அதன் அளவு ஆளுக்குத் தக்கபடி வேறுபடுகிறது. நம் குடும்பம் வாழ வேண்டுமென்று நாம் ஆசைப்படுகிறோம். உலகம் முழுவதும்

வாழவேண்டுமென்று பெரியவர்கள் ஆசைப்படுகிறார்கள். இறைவனோடு எல்லா உயிரும் வாழ வேண்டும் என்று, பிரபஞ்சத்தில் உள்ள புழு முதல் யானை வரைக்கும் எல்லாம் வளர்ந்து தன்னைச் சார்ந்து இன்பத்தை அடைய வேண்டும் என்று, நினைக்கிறான். நமக்கு ஒரு குடும்பம். எம்பெருமானுக்கோ உலகில் உள்ள எல்லாக் குடும்பங்களையும் காப்பாற்ற வேண்டிய பொறுப்பு இருக்கிறது. அந்த அந்தக் குடும்பங்களில் வாழும் உயிர்களை எப்படி எப்படி மேலே ஏற்றவேண்டுமென்பதைப் பற்றி அவன் நினைக்கிறான்; ஆசைப்படுகிறான். எப்படிச் செய்ய வேண்டுமென்பதை யோசிக்கிறான். அதற்கேற்ற செயல்களைச் செய்கின்றான். ஆகவே அவனிடம் மூன்று வகைச் சக்திகளும் இருக்கின்றன. உயிர்க் கூட்டங்களுக்கு எல்லாம் நலம் செய்கின்ற சக்தி ஆகையால் அவனிடம் உள்ள சக்திகளுக்குச் சமானமாக வேறு யாரிடமும் இல்லை. இந்த மூன்று சக்திகளும் இறைவனிடம் உள்ளன என்பதை மூன்று வகையான பொருள்களிலும் காட்டுகிறான். ஞான சக்தி தன்னிடம் உள்ளது என்பதைத் தன் கையில் பிடித்துள்ள வேலினால் காட்டுகிறான். இச்சா சக்தியை உடையவன் தான் என்பதை வள்ளியம்பெருமாட்டியை அருகில் வைத்துக் கொண்டு காட்டுகிறான். கிரியா சக்தி தன்னிடம் இருக்கிறது என்பதைத் தேவகுஞ்சரி மணாளனாக இருந்து காட்டு கிறான்.

வெற்றிக்கு அடையாளம்

இப்போது அவன் பெரிய காரியத்தைச் செய்தான். முருகப் பெருமானுடைய பெருமையைச் சொல்லும் கந்தபுராணம் சூரசங்காரத்தை மிக விரிவாகச் சொல்கிறது. இராமாயணம், பாரதம், கந்தபுராணம் ஆகிய மூன்றிலும் கொடியவர்கள் சங்காரமானதாகக் கதை முடிகிறது. எந்தக் கதையாக இருந்தாலும் அடி யிலிருந்து தொடங்கிப் பல பல கிளைகளாகப் பிரித்து பின்பு மறுபடியும் சங்காரத்தில் கொண்டு வந்து முடிக்கிறார்கள் புலவர்கள். கந்தபுராணத்தின் முக்கியமான காரியம் சூரசங்காரம். மாயையின் பிள்ளையாகிய சூரனோடு ஆண்டவன் போரிட்டான். அவன்

தன் திருக்கையில் பிடித்த ஞான சக்தியைக் கொண்டு அஞ்ஞான சொரூபமாகிய சூரனை வென்றான். போர் நிகழ்த்தினான். அந்தப் போரே பெரிய காரியம். ஆண்டவன் தேவசேனையை மணப்பதற்கு முன்னால் அவ்வளவு பெரிய காரியத்தைச் செய்தான். வேறு யாராலும் செய்ய முடியாத காரியத்தைச் செய்தான். வலன் என்ற அசுரனை மாய்க்கக் கூடிய ஆற்றல்தான் இந்திரனிடம் இருந்தது. மாயையின் பிள்ளையாகிய சூரன் வந்தபோது அவனிடத்தில் இருந்த சக்தி யாவும் அந்தப் பெரிய பகையை மாற்றி விடுவதற்குப் போதுமானதாக இல்லை.அப்படியே மற்ற மற்றத் தெய்வங்களிடம் கிரியா சக்தி இருந்தது என்பது உண்மை. என்றாலும் அவற்றால் சூரனைச் சங்காரம் செய்ய முடியவில்லை. மிகப் பெரிய பகைவனாகிய அவனை அழிப்பதற்கு இணை யில்லாத கிரியா சக்தியை உடைய முருகப் பெருமான்தான் வேண்டி இருந்தது. ஆகவே அவன் தன்னுடைய வீர ஆற்றலினால் சூரனைச் சங்காரம் செய்தான். தான் பெரிய கிரியா சக்தியை உடையவன் என்பதைக் காட்டுவதற்காகத் தேவயானையை மணம் புரிந்து ஏற்றுக் கொண்டான். கிரியா சக்தி உருக்கொண்டு வெளிப்பட்ட பிறகு அவளைத் தன் அருகில் எல்லோரும் காணும் படியாக வைத்துக் கொண்டான். பெரிய வீரன் வீரச்செயல் புரிந்த பிறகு அதனைக் காட்டும் அடையாளமாகப் பதக்கத்தை அணிந்து கொள்வது போல, பெரும்போரைச் செய்து வெற்றி பெற்றவன் என்பதைத் தன் அருகில் தேவயானையை அடையாளமாக வைத்து முருகன் காட்டினான்.

திருப்பரங்குன்றத்தில் இந்தத் திருமணம் நடந்தது. திருமுருகாற்றுப்படையில் ஆறு படை வீடுகளையும் சொல்லவந்த நக்கீரர் முதலில் திருப்பரங்குன்றத்தைச் சொல்கிறார். அப்போது தேவயானையை,

"மறுவில் கற்பின் வாணுதல்"

என்று பாராட்டுகிறார். குற்றம் இல்லாத கற்புடைய பெருமாட்டி தேவயானை. இங்கே கற்பு என்பது திருமணம் செய்துகொண்டு ஏற்றுக் கொண்டதைக் குறிக்கிறது.

யார் யார் தாம் மேற்கொண்ட காரியங்களைத் திறம்படச் செய்ய நினைத்துப் பலன் அடையவேண்டுமென்று விரும்பு கிறார்களோ அவர்கள் எல்லாம் கிரியா சக்தியோடு எழுந்தருளி இருக்கும் ஆண்டவனை ஆராதிக்க வேண்டும். தேவசேனா பதியை வணங்குகிறவர்கள் தம் முயற்சியில் வெற்றி பெறுவார்கள்.

செயலும் பயனும்

கிடைத்த பொருள்களைக் கொண்டே நாம் முயற்சி செய்ய வேண்டும். நமக்குக் கிடைத்திருப்பது மனிதப் பிறவி. இந்தப் பிறவியில் நாம் செய்யும் முயற்சிகளுக்குத் துணையாகக் கருவி கரணங்கள் உள்ளன; பிரபஞ்சம் இருக்கிறது; நல்ல மனிதர்கள் இருக்கிறார்கள்; இவர்களை எல்லாம் கொண்டு நல்லது இன்னது என்று அறிந்து இறைவன் திருவடியை வணங்க வேண்டும். பிறவிப் பயன் அது. அவனை வணங்குவதாகிய செயலைச் செய்தால் அவன் நமக்குத் தன்னுடைய திருவடியைக் கொடுப்பான். செயலாற்றல் உள்ளவர்கள் இறைவனை வணங்கும் செயலையே சிறப்புடையதாக நினைப்பார்கள். செயலால் விளைகிற வெற்றியைப் பெற்று வாழ்வார்கள். முருகப் பெருமான் தன் வெற்றியினால் தான் இன்பம் அடையவில்லை. தேவலோகத்திற்கு இன்பம் தந்தான். பிறருக்காகச் செயல் செய்யும் அருளாளன் அவன். யார் யார் நல்ல முறையில் செயல் செய்கிறார்களோ அவர்களுக்குரிய வெற்றியை அவன் அருளுவான். தேவசேனைக்குத் தலைவன் என்பது இந்தத் தத்துவத்தை நினைப்பூட்டுகிறது. ஆதலால் இந்தப் பிறவி எடுத்துப் பிரஞ்சத்தில் உள்ள பல பொருள்களைத் துணையாகக் கொண்டு இறைவனை வணங்குவதாகிய செயலில் ஈடுபடத் தமக்குக் கிரியா சக்தியாகிய தேவசேனையின் தலைவனாக உலகம் எல்லாம்

போற்றுகின்ற முருகன் அருள் செய்வான் என்பதை அருணகிரியார் நினைத்தார்; பாடினார்.

'கிரியா சக்தியாகிய தேவயானையை அணைந்து கொண்ட எம்பெருமானே! செயலுக்கு ஏற்ற பயனை உவகையோடு வழங்குவதற்கு நீ இருந்தும், நல்ல முறையில் செயல் செய்வதற்குரிய நான் பிறவியைப் பெற்றும், நான் உன்னை அடைந்து பணிந்து உன் திருவடி இன்பத்தைப் பெற்று வாழவில்லையே!' என்கிறார்.

பெறுதற்கு அரிய பிறவியைப்
பெற்றும்நின் சிற்றடியைக்
குறுகிப் பணிந்து பெறக்கற்
றிலேன்;மத கும்பகம்பத்
தறுகட் சிறுகட்சங் க்ராம
சயில் சரசவல்லி
இறுகத் தழுவும் கடகா
சலபன் னிருபுயனே!

[பெறுவதற்கு அருமையான மனிதப் பிறவியைப் பெற்றும் நின்னுடைய சிறிய அடியை அணுகி வழிபட்டு அதைப் பெற யான் கற்றுக் கொள்ளவில்லையே; மதம் பொழியும் மத்தகத்தையும், அசைவை யும், அஞ்சாமையையும், சிறிய கண்ணையும், போரிடும் இயல்பையும் உடைய மலை போன்ற ஐராவதத்தால் பெறப் பெற்ற இனிமையை யுடைய கொடி போன்ற தேவயானையானவள் இறுகி அணைக்கும் கடகம் அணிந்த மலைகளைப் போன்ற பன்னிரண்டு தோள்களையுடைய பெருமானே.

குறுகி - அணுகி, அடியைப் பெறுதலாவது - முத்தியின்பத்தை அடைதல். கும்பம் - மத்தகம். கம்பம் - அசைவு, தறுகண் - அஞ்சாமை. சங்க்ராமம் போர்; சயிலம் மலை; சங்க்ராம சயிலம் யானை. சரச வல்லி - இன்பக் கொடி. கடகம் - தோள்வளை. அசலம் - மலை.]

இது கந்தர் அலங்காரத்தில் 67--ஆம் பாட்டு.

எல்லை கடந்த இன்பம்

இரண்டு எல்லைகள்

உயிர்க் கூட்டங்கள் இரண்டு எல்லைக்கு உட்பட்டு வாழ்கின்றன. ஒன்று தேச எல்லை அல்லது இட எல்லை; மற்றொன்று கால எல்லை. தெற்கு, வடக்கு, கிழக்கு, மேற்கு, தூரம், சமீபம் என்பன இட எல்லையைக் குறிப்பிடுபவை. இறந்த காலம், நிகழ்காலம், எதிர்காலம், நூறு ஆண்டு, ஆயிரம் வருஷம். யுகம், நொடி, கணம், நிமிஷம், மணி என்பன எல்லாம் கால எல்லையைக் குறிக்க வந்த பலவகையான பெயர்கள். இந்த இரண்டும் பிரபஞ்சத்தோடு தொடர்புடைய வாழ்வு எந்த உயிருக்கு உண்டோ அந்த உயிருக்கு உண்டு. இந்த இரண்டு எல்லைகளையும் கடந்தவன் இறைவன். இறைவனோடு ஒன்று பட்ட உயிர்களுக்கும் இட எல்லை, கால எல்லை ஆகிய இரண்டும் இல்லை. இந்த உடம்பில் வாழும் மட்டும் அந்த இரண்டு எல்லைக்குட்பட்டு நாம் வாழ்கிறோம். ஆனால் இறை வனுடைய திருவருள் இருந்தால் இந்த உடம்பில் இருக்கும் போதே இரண்டு எல்லையின் நினைவும் இல்லாத ஓர் ஆனந்த அநுபவத்தைப் பெறலாம். அத்தகைய இன்ப அநுபூதி நிலையை இந்தப் பாட்டில் அருணகிரிநாதப் பெருமான் சொல்ல வருகிறார்.

திருவருள் தோணி

பெரிய ஆற்றில் ஒருவன் இறங்கி நடந்து செல்லத் தொடங்கினான். கணுக்கால் அளவு முதலில் தண்ணீர் இருந்தது. பின்பு முழங்கால் அளவு ஆயிற்று. அதன் பின் இடுப்பளவு வந்தது. அதற்குப் பின்னால் கழுத்தளவு வந்தது. பின்பு தலை முழுகி விட்டது. ஆற்றில் ஆழம் அறியவேண்டுமென்று மேலே மிதந்தும், கீழே ஆழ்ந்தும்

அவன் சென்று கொண்டே இருந்தான். ஓர் ஆள் ஆழம், இரண்டு ஆள் ஆழம் என்று கண்டுபிடித்த பின்பு கரையேறினான். அவன் அணிந்திருந்த ஆடைகள் எல்லாம் நனைந்து போயின. கையில் கொண்டுபோன பொருள்கள் எல்லாம் ஆற்றோடு போயின. ஏதோ கொஞ்சம் நீச்சல் கற்றுக் கொண்டிருந்ததால் ஒருவாறு பிழைத்துக் கரையேறினான்.

அவன் மற்றொரு நாள் அந்த ஆற்றில் ஒரு படகில் மேல் ஏறி வந்தான். ஏறி வரும்போது எந்த எந்த இடத்தில் ஆழத்தின் அளவை எடுத்தானோ அந்த அந்த இடங்கள் வந்த போதெல்லாம், "இங்கே ஓர் ஆள் ஆழம்; இங்கே இரண்டாள் ஆழம்" என்று கணக்குச் சொல்லிக் கொண்டு வந்தான். அவனோடு ஏறிவந்த மற்றொரு நண்பனுக்கு அவன் சொல்வது ஒன்றும் புரியவில்லை. தண்ணீரின் மேலே ஓடத்தில் இருந்ததால் தண்ணீரின் கீழ் ஆழம் எத்தனை என்பது அவனுக்குத் தெரியவில்லை. அந்தத் தண்ணீர் குளிர்ந்ததா, சுடுவதா என்பதையும் அவன் உணரவில்லை.
இறைவனுடைய திருவருள் என்னும் தோணியில் ஏறிக் கொண்டால் இப்படித்தான் பிரபஞ்சத்தோடு தொடர்புடைய எல்லைகள் நமக்குத் தெரிவதில்லை. இன்பம் துன்பம் ஆகிய உணர்ச்சிகூடப் பிரபஞ்சத்தை ஒட்டி வாழ்கிறவர்களுக்கு உண்டேயன்றி, இறை வனோடு ஒட்டி வாழ்கிறவர்களுக்கு இருப்பது இல்லை.

காலத்தின் உணர்வு

நம்முடைய உள்ளம் எதனோடு ஒட்டியிருக்கிறதோ அதற்கு ஏற்பக் காலமும் இடமும் இன்பமும் துன்பமும் உடையனவாகத் தோன்றும். மந்த மதி உள்ளவனுக்குப் பள்ளிக்கூடத்தில் இருக்கும் மட்டும் துன்பம் நீடித்துக் கொண்டே இருக்கும். ஒவ்வொரு கணமும் ஒவ்வொரு மணிபோல இருக்கும். ஆனால் அவன் வீட்டுக்குப் போய் விட்டால் காலம் ஓடுவது தெரியாது. விளையாட்டில் புகுந்தானானால் பொழுதே போதவில்லை யென்று தோன்றும். தன்னுடைய சொந்த வீட்டில் இருப்பதைக்

காட்டிலும் மாமனார் வீட்டில் இருக்கும்போது மாப்பிள்ளைக்குக் காலம் போவது தெரிவதே இல்லை. அப்படியே தம்முடைய பிறந்தகத்தில் இருக்கும் போது பெண்களுக்கு காலம் போவது தெரிகிறது இல்லை. இடத்தினுடைய வேறுபாட்டாலே, மனோ பாவத்தின் மாற்றத்தினாலே இந்த வேறுபாடு அமைகிறது. காலத்தின் அளவு எல்லோருக்கும் ஒன்றாக இருந்தாலும் அவரவர்கள் அநுபவிக்கின்ற இன்ப துன்பத்தின் சார்பினால் காலத்தை உணர்வதும், உணராமையும் உண்டாகின்றன.

சோம்பேறிகளுக்குக் காலம் போவதே சிரமமாக இருக்கிறது. 'இன்னும் போது போகவில்லையே' என்று சொல்கிறார்கள். எப்போதும் சுறுசுறுப்பாக இருக்கிறவர்களுக்குக் காலம் போவது தெரிவதில்லை. பொழுது போதவில்லையே' என்று அவர்கள் சொல்கிறார்கள். தம்முடைய நாயகரோடு ஒன்றுபட்டு இன்ப வாழ்வு வாழ்கிற காதலிமார்களுக்குக் காலம் போவது புலனாவ தில்லை. ஆனால் காதலரைப் பிரிந்து வாழும் காதலிமார் களுக்கோ ஒவ்வொரு கணமும் ஒவ்வொரு யுகமாகத் தோன்றுகிறது. இந்த இரண்டு வகைப் பெண்களுக்கும் காலத்தின் நீட்டம், குறுக்கம் எவ்வாறு தோற்றினாலும் உண்மையில் இரண்டிடத்தும் காலம் ஒரே அளவுள்ளதாகவே இருக்கிறது.

தன் தலைவனோடு ஒன்றாத மங்கைக்குக் காலத்தின் எல்லை நீண்டு தோன்றும். ஒன்றியவளுக்கோ காலமே தோன்றுவது இல்லை. அதுபோலவே இறைவனாகிய தலைவனுடன் ஒன்றிய உள்ளம் படைத்த ஆன்மாக்களுக்குக் காலம் போவது தெரியாது. எந்த இடத்தில் இருக்கிறோம் என்ற உணர்வே இராது.

இட உணர்வு

தன்னுடைய சொந்த வீட்டில் வேண்டிய வசதிகளைப் பெற்று நாயகனுடன் வாழ்கின்ற மங்கை இன்பத்தை நுகர்கிறாள். பல காலமாகத் தன்னுடைய தலைவனைப் பிரிந்து அவன்

இருக்கும் இடம்கூடத் தெரியாமல் அவனை நாடித் தேடி ஊரெல்லாம் அலைகிறாள் ஒருத்தி. கடைசியில் எங்கோ ஒரு பாலைவனத்தில் ஒரு மரத்தின் அடியில் அவனைக் காண்கிறாள். அவனைக் காணாத போது எத்தனையோ மாளிகையில் அவள் தங்கியிருக்கிறாள். பூம்பொழில்களைத் தாண்டி வந்திருக்கிறாள். இனிய நீர்ச்சுனையில் நீர் குடித்து வந்திருக்கிறாள். ஆனால் இந்தப் பாலைவனத்தில் ஒற்றை மரத்தின் அடியில் தன் காதலனைக் கண்டபோது அவளுக்கு உண்டான இன்பம் மாளிகையில் தங்கிய போதெல்லாம் உண்டாகவில்லை. இனிய நீர்ச் சுனையில் நீர் பருகிய காலத்தும் உண்டாகவில்லை. மற்றவர் களுக்கு அந்த இடங்கள் எல்லாம் இன்பம் தருவனவாக இருந்தாலும் அந்த மங்கைக்கு அப்படியில்லை. இப்போதோ, 'நம்முடைய காதலனைத் தேடிப் பிடித்துவிட்டோம்' என்ற உணர்ச்சியினாலும், அவனோடு சேர்ந்திருக்கிற இன்ப அநுபவத்தாலும் இடம் பாலை என்ற நினைவே அற்றுப் போகிறது. ஆகவே மனத்தின்கண் தோற்றுகிற இன்பம் காரணமாகக் காலம் குறை கிறது; இடத்தின் தீங்கும் மறைந்து போகிறது.

பிறவியும் துன்பமும்

நோய் உடையானுக்குத் தென்றல் காற்றும் துன்பத்தைத் தரும்; வாடைக் காற்றும் துன்பத்தைத் தரும். அவன் எந்த இடத்தில் இருந்தாலும் துன்பத்தை உணர்கிறான். அதுபோலவே பிறவி என்னும் பெரிய நோய் அடைந்தவனுக்கு எல்லா இடங்களும் துன்பத்தைத் தருவனவாக அமைகின்றன. இன்பம் தருவதாகச் சிலகணம் தோற்றினாலும் பின்பு துன்பமாக முடிகிறது. உலகில் வாழ்கிற மக்கள் எல்லாம் பொருளினால் இன்பம் பெறுவதாக நினைக்கிறார்கள். ஆனால் பலகாலம் அந்த இன்பம் அவர்களுக்கு நிலைப்பது இல்லை. அதுபோலவே உடம்பின் ஆற்றலாலும், இளமையினாலும், மக்களுடைய உறவினாலும், பலவகைப் பண்டங்களின் உதவியினாலும் இன்பம் அடைவதாக முதலில் ஒரு தோற்றம் உண்டாகிறது; பின்பு அவற்றால் துன்பமே உண்டாவதை உணர்கிறான்.

பொதுவாக உலகத்தில் பிறந்தவர்கள் எல்லோருமே துன்பத்தையே அடைகிறார்கள். ஒருகால் வாழ்நாள் முழுவதும் குறைவு இல்லாத இன்பத்தை அடைந்தாலும் இறுதியில் மரணம் என்ற துன்பத்தை நிச்சயமாக அடைகிறார்கள்.

இப்படி வருகிற இன்ப துன்பங்கள் எல்லாம் மனத்தில் உண்டாகின்ற உணர்ச்சிகள். மனம் எதைச் சார்ந்திருக்கிறதோ அதன் வண்ணமாக நின்று அநுபவத்தைப் பெறுகிறது. எந்தப் பொருள் இன்ப துன்பத்திற்கு அப்பாற்பட்டதோ அந்தப் பொருளை மனம் சார்ந்தால் இன்ப துன்பத்திற்கு அப்பாற்பட்ட நிலையான அநுபவம் ஓரளவு அதற்கும் கிடைக்கும். காலதேச பரிச்சின்னத்திற்கு அப்பால் இருக்கிற இறைவன் நிரதிசய ஆனந்தமாகிய முத்தியைத் தருபவன். அவனை மனம் அடைய முடியாது.ஆனாலும் அவனுடைய திருவருளை நினைந்து அவன்திருவடியில் தூங்கப் பழகிக் கொண்டால் அந்தத் தூக்கத்தில் இடம் மறந்து போகும்; காலம் மறந்து போகும்.

காலமும் இடமும் கடந்த இன்பம்

ஆயிரம் மைல் கடந்து ஒருவன் ரெயில் வண்டியில் செல்ல வேண்டும். அவன் தக்கபடி டிக்கெட் வாங்காமல் இருந்தால் ஒவ்வொரு கணமும் டிக்கெட் பரிசோதகர் வந்து விடுவாரே என்று அஞ்சிப் பயந்து கொண்டிருப்பான். மூன்றாம் வகுப்பு டிக்கெட் வாங்கிக் கொண்டவனோ வண்டியில் உள்ள நெருக்கமும், மூட்டைப் பூச்சியும் துன்புறுத்த உறக்கமும் கெட்டு, வழி யெல்லாம் வெப்பத்தினாலும், குளிர்ச்சியினாலும் துன்புறுவான். ஆனால் முதல் வகுப்பு டிக்கெட் வாங்கிக் கொண்டவனுக்கு வண்டியில் ஏறிப் படுத்தது தெரியும். விடியற்காலையில் சிற்றுண்டி கொண்டுவந்து ஒருவன் எழுப்பும்போது வீட்டில் படுத்துத் தூங்கி எழுவானைப் போல எழுவான். அவன் 500 மைல் கடந்து வந்திருக்கிறான். பன்னிரண்டு மணி நேரம் சென்றிருக்கிறது. ஆனால் அவன் ஏறிக் கொண்ட வண்டியின்

வசதியினாலும் நன்றாகத் தூங்குவதற்குரிய உடல்நிலை இருப்பதனாலும் அவன் பன்னிரண்டு மணி நேரத்தையும் மறந்தான்; ஐந்நூறு மைல் தூரத்தையும் மறந்தான். காலம், இடம் என்பன மற்றவர்கள் கண்ணுக்கும், கருத்துக்கும் முன்னே நின்று துன்பத்தையும் உண்டாக்கவும் அவ்விரண்டும் இவன் அளவில் நின்றுவிட்டன. இவன் அவற்றை உணரவில்லை. அவ்வாறே இறைவனுடைய பாதாரவிந்தங்களிலே நம்முடைய உள்ளத்தைச் செலுத்தி, அதனை அங்கே தூங்கச் செய்துவிட்டால் காலதேச பரிச்சின்னத்திற்கு அப்பாற்பட்ட ஓர் இன்பம் நமக்கு வரும்.

நன்றாக அயர்ந்து தூங்குவானுக்கு இன்ன இடத்தில் தூங்கு கிறோம் என்ற இடவேறுபாடோ, இத்தனை காலம் தூங்கினோம் என்ற கால அளவோ தெரிவது இல்லை. தூக்கத்திற்குச் சுகம் இல்லையென்று சொல்வார்கள். தூக்கம் வராதவர்களுக்கு மெத்தை வேண்டும்; விசிறி வேண்டும்; தலையணை வேண்டும்; கால் பிடிக்க வேண்டும். நன்றாக உடலால் உழைத்து இளைப் புற்ற தொழிலாளர்களுக்கு, கையே தலையணையாக, கட்டாந் தரையே படுக்கையாக வைத்துப் படுத்தாலும் கண்ணை மூடினவுடன் தூக்கம் வந்துவிடுகிறது. அடித்துப் போட்டாற் போல உடலைக் கீழே சாய்த்துப் படுத்தவுடனே உறங்கிவிடுகிறார்கள். இடறினால் கூட அவர்களுக்குத் தெரிவது இல்லை. அப்படி உலகத்திலே உண்டான துன்பங்களினால் அலுத்துப் போய், இறைவன் திருவருளைப் பெறவேண்டுமென்ற தாகம் மிகுந்து, அவனுடைய திருவடி மலரிலே உள்ளம் என்னும் வண்டைத் தூங்கவிட்டு நிற்பார்களானால் அத்தகைய அன்பர்களுக்குக் காலம் போவது தெரியாது; இடம் மறைவது தெரியாது.

மனம் உறங்குதல்

மனத்தை ஒருமுகப்படுத்துவதைத் தியானம் என்று சொல்வார்கள். நாமாக முயன்று செய்வது தியானம். அதன் முடிவிலே அது தனியாக ஓரிடத்தில் நிற்பது லயம். மனம் இறைவனுடைய திருவடியில் லயப்பட்டால் அது தூங்கத்

தொடங்கும். அது சுத்த அவஸ்தையில் சுஷுப்தி என்று சொல்லப்படும். அதையே சவிகற்ப சமாதி என்று சொல்வார்கள். தூங்குகிறவர்களில் சிலர் கொஞ்சம் கைதட்டினால் எழுந்துவிடுவார்கள். அதுபோலச் சவிகற்ப சமாதியில் சற்றுத் தடை நேர்ந்தால் உடனே விழிப்புக் கொடுத்துவிடும். அப்படியின்றிக் காடாந்தகாரத் தூக்கம் போடுவது போல எந்த இடையூறும் தாக்காமல் தூங்குவது நிர்விகற்ப சமாதி. அந்தச் சமாதியில் ஈடுபடுகிறவனுக்குப் புற உலகமே தோன்றாது. புற உலக நிகழ்ச்சிகளுக்கும் அவனுக்கும் தொடர்பு இல்லை.

ஒருவன் ஓரிடத்தில் தூங்கிக் கொண்டிருக்கிறான். அப்போது அந்தப் பக்கத்தில் ஒரு பாம்பு ஓடி வந்து திரும்பிப் போய் விடுகிறது. ஒரு புலி அந்தப் பக்கமாகச் செல்கிறது. திருடன் ஒருவன் ஓடுகிறான். அவன் இருக்கும் இடத்தில் தீப்பிடிக்கிறது. தூங்கும்போது இவற்றில் ஒன்றையும் அவன் தெரிந்து கொள் வதில்லை. ஆனால் தூங்காமல் இருந்திருந்தால் அவற்றைக் கண்டவுடன் ஓலமிட்டிருப்பான். பிரபஞ்ச வாசனையோடு உலகில் வாழ்கிற மனிதனுக்கு இன்ப துன்பம் வருவதற்கு முன்னாலே அதைப் பற்றிய நினைவு மாத்திரத்தில் பயம் உண்டாகும். புலி அடிப்பதைவிடக் கிலி அடிப்பது பெரியது என்பார்கள். பிரபஞ்சச் சேற்றைக் கழுவி, இறைவனுடைய திருத்தாளில் ஈடுபட்ட நெஞ்சுடையவர்களுக்கோ மனோலயம் ஏற்பட்டுக் கால தேச பரிச்சின்னத்திற்கு அப்பாற்பட்ட அநுபவத்தைப் பெறும் வழி கைகூடும். இதனை அருணகிரியார் இந்தப் பாட்டில் சொல்கிறார்.

யுகமும் சகமும்

முருகப்பெருமானுடைய சரணாரவிந்தங்களில் தம்முடைய கருத்தை இருத்துகின்ற ஆற்றல் பெற்றவர்களுக்கு யுகம் போகும்; ஜகம் போகும் என்கிறார்.

முருகன் சரணத்திலே
ஓடும் கருத்தை இருத்த வல்லார்க்கு உகம் போய்ச் சகம்போய்.

மனம் எப்பொழுதும் சலனம் உடையது. அதனை வாயுவின் அம்சம் என்று சொல்வார்கள். ஒரு கணம்கூட நிற்காமல் எப் போதும் அலைபடும் கடலைப் போலச் சஞ்சலித்துக் கொண் டிருக்கும் இயல்புடையது. ஒன்றை விட்டு ஒன்றைப் பற்றித் தாவுகின்ற தன்மை வாய்ந்தது. அதனால் அதை 'ஓடும் கருத்து' என்று சொன்னார். உலகம் எல்லாம் பறந்தோடுகின்ற அத னுடைய தன்மையை மாற்றி, இறைவனுடைய நினைவாகிய வட்டத்தினுள் ஓடச் செய்து, பின்பு அவன் திருவடியில் படிந்து நிற்கச் செய்ய வேண்டும்.

தனிவேல் முருகன்

முருகப் பெருமானைப் பற்றிச் சொல்லுகையில் அவன் போர்க்களத்தில் அமைதியை உண்டாக்கின வேலாயுதத்தை உடையவன் என்று தெரிவிக்கிறார். தேவர்களும், அசுரர்களும் எதிர்த்துச் சாடுகின்ற போர்க்களத்தில் வேறு யாராலும் செய்ய முடியாத பெரிய வீரச் செயல்களைச் செய்யும் ஒப்பற்ற வேலா யுதத்தைக் கையில் படைத்தவன் முருகன்.

சாடும் சமரத் தனிவேல் முருகன்.

சமரம் என்பது சண்டை. இரண்டு கட்சியில் உள்ளவர்களும் ஒருவரோடு ஒருவர் மோதி, ஆரவாரம் செய்து கருவிகளை எல்லாம் வீசி எறிந்து, உடம்பையும் உள்ளத்தையும் குலைத்துக் கொள்வது சமரம். ஒவ்வொருவருடைய உள்ளத்திலும் தினந்தோறும் சண்டை நடந்து கொண்டிருக்கிறது. தீய குணங்களுக்கும், நல்ல குணங்களுக்கும் போராட்டம் ஓய்வு ஒழிவின்றி நிகழ்கிறது.

"ஓயாதோ என்கவலை? உள்ளேயா னந்தவெள்ளம்
பாயாதோ? ஐயா பகராய் பராபரமே"

என்கிறார் தாயுமானவர். இப்படி ஓயாத கவலையும், ஒழியாத போராட்டமுமாக நம்முடைய உள்ளம் இருக்கிறது. இதுவே குருக்ஷேத்திரம். இதுவே போர்க்களம். இந்த உள்ளத்தில் அமைதி உண்டாக வேண்டுமானால், இந்த அலைச்சலைப் போக்குவதற்குத் தனிப்பெரும் கருவி ஒன்று வேண்டும். அமரரை நம்பினால் பயன் இல்லை. அசுரர்களை நம்பினாலும் பயன் இல்லை. அமரரை நம்பினால் அகங்காரம் எழும்; அசுரர்களை நம்பினால் அஞ்ஞானம் எழும். அமரர்களுடைய தயவு உண்டானால் சொர்க்கம் சித்திக்கும். அசுரர்களுடைய அன்பு உண்டானால் நரகம் சித்திக்கும். புண்ணியத்தின் பயனாகிய சொர்க்கமும், பாவத்தின் பயனாகிய நரகமும் இரண்டும் அற்ற நிலையிலே உண்டாகும் வீடு ஆகாது.

ஆகவே, போராட்டம் நின்று அமைதியாகிய சாந்தம் நிலவ வேண்டுமானால் வேலாயுதம் நமக்குத் துணையாக நிற்க வேண்டும். வேலாயுதம் ஞானத்தின் சொரூபம். அதனை நமக்கு வழங்குபவன் என்றும் இளைய பிரானாகிய முருகன். பிரபஞ்ச வாசனையிலே ஈடுபட்டுக் காமம் குரோதம் முதலிய ஆறுவகைப் பகைவர்களுக்குட்பட்டுத் தினந்தோறும் பெரிய சண்டையில் ஈடுபட்டிருக்கிற மனத்தில் அமைதி வரவேண்டுமானால், ஞான சக்தியை வேலாயுதமாக வைத்திருக்கிற முருகப் பெருமானுடைய பாதாரவிந்தத்தில் அந்த மனம் ஈடுபட வேண்டும்.எங்கும் ஓடாமல் அங்கே அது இருக்க வேண்டும். அவனுடைய வேலையும், அவனுடைய முகத்தையும், தோளையும், திருவுருவப் பேரெழி லையும் சுற்றிச் சுற்றி வந்து நடமிட்டுப் பின்பு எல்லாவற்றுக்கும் மூலமாக இருக்கிற திருவடி மலரிலே விழுந்து கிடக்க வேண்டும். அப்போதுதான் அதனுடைய ஓட்டம் நிற்கும்.

சாடும் சமரத் தனிவேல் முருகன் சரணத்திலே
ஓடும் கருத்தை இருத்த வல்லார்க்கு உகம்போய்ச் சகம் போய்

யுகம் என்றால் கால எல்லைக்குத் தலையெல்லை. சகம் என்பது நமக்குத் தெரிந்த இட எல்லையின் முடிவு. பிரபஞ்ச

வாசனையும், காலத்தின் நினைவும் இறைவனுடைய திருவடியிலே உள்ளத்தை உறங்கச் செய்வார்களுக்கு வாரா என்பது தான் இதன் கருத்து. சமாதி இன்பத்தில் இந்த நினைப்புகள் எல்லாம் அடியோடு அற்றுவிடும்.

பிரளய நிகழ்ச்சி

இனி இந்த இரண்டு எல்லையை விரித்துச் சொல்கிறார். உலகம் மறைந்து, மனிதன் காணுகின்ற காலத்தின் சிற்றெல்லைகள் மறைந்து இறைவனும் இறைவியும் தனியாக நிற்கின்ற காலம் ஒன்று உண்டு. ஒரு வீட்டிலே இருக்கும் குழந்தைகளும், வேலைக்காரர்களும், உறவினர்களும் பகலிலே தங்கள் தங்கள் வேலைகளைச் செய்வார்கள்; ஓடியாடுவார்கள்; கூடிச் சிரிப்பார்கள். இரவு வந்துவிட்டால் முதலிலே குழந்தைகள் தூங்கிவிடுவார்கள். வேலைக்காரர்கள் வீட்டுக்குப் போய் விடுவார்கள். பின்பு வீட்டுக்காரரும், வீட்டுக்காரியும் வீட்டின் மற்ற மற்ற இடங்களில் வளைய வருவதை விட்டுவிட்டு தனி அறைக்குச் சென்று ஒன்று படுவார்கள். அதுபோலத்தான் பிரபஞ்சமாகிய குடும்பத்தை நடத்தும் வீட்டுக்காரனாகிய பரமேசுவரனும், வீட்டுக்காரியாகிய அம்பிகையும் மற்றக் காலங்களில் உயிர்களோடு உலவி வருகிறார்கள். உலகத்திலுள்ள உயிர்கள் எல்லாம் ஒரு சமயத்தில் அமைதி பெறுகின்றன. அதைத்தான் பிரளய காலம் அல்லது ஊழி என்று சொல்வார்கள். எல்லோரும் தூங்கின பிறகு ஒரு சங்கீத வித்துவான் தம்முடைய மனையாட்டி ஆடத் தானும் ஆடினான். மற்றவர்கள் பார்த்தால் நாணமாக இருக்கும் என்பது ஒரு கருத்து. மற்றொன்று: மற்ற நேரத்தில் வெவ்வேறு வேலைகள் இருப்பதனாலே தங்களுக்குப் பிரியமான ஆட்டத்தை நடத்த முடிவதில்லை. குழந்தைகள் எல்லாம் தூங்கி, ஊரும் தூங்கின பிறகு தனியாக இவர்கள் இரண்டு பேர்கள் மட்டும் இருக்கும் போது அம்மா ஆட ஐயாவும் ஆடுவார். யுகாந்த காலத்தில் உலகம் எல்லாம் ஒய்ந்து நிற்க, பஞ்சபூதங்களும் அடங்கிப் போக, தத்துவங்கள் எல்லாம் ஒன்றினுள் ஒன்று அடங்கித் தூங்க, அந்த நள்ளிரவு நேரத்தில் ஆண்டவன் நட்டம்

பயில்கிறான். அப்போது அம்பிகை கைத்தாளம் கொட்டித் தானும் சுழன்று நட்டம் ஆடுகிறாள்.

பாடும் கவுரி பவுரிகொண்டு ஆடப் பசுபதி நின்று ஆடும் பொழுது.

துரிய நிலை

இது உலகப் பிரளயம். அதுபோலவே ஒரு மனிதன் நல்ல சாதன முறையில் சென்று மனத்தை ஒருமைப்படுத்தித் தியானத்தில் ஈடுபட்டு ஆன்ம இன்பம் அடையும் பக்குவம் அடைந்தால் இறைவன் இறைவியினது கூத்தும் பாட்டும் அவனுக்குப் புலனாகும். அவனளவில் பிரபஞ்சம் ஒடுங்கித் தத்துவங்கள் ஒடுங்கிவிடுகின்றன. பிரளயமே வந்துவிடுகிறது. அதுதான் கருவி கரணங்களுக்கு அதீதமான நிலை; அவஸ்தைகளுக்கு அதீதமான நிலை. யோகியர்கள் இந்த நிலையை அனுபவிப்பார்கள்.

அதீத நிலை

உயிர் துரியாவஸ்தையில் நிற்கும்போது இறைவனுடைய ஆட்டத்தையும், இறைவியினுடைய தாளத்தையும், பாட்டையும் காணலாம். அதற்கு முன்பு மனம் தூங்குகிற சுழுத்தியைக் கடக்க வேண்டும். பின்பு துரிய நிலையையும் கடந்து, துரியாதீத நிலையை அடையும்போது பேரின்ப அநுபவத்தில் திளைக்கும் அநுபவம் கைகூடும்.

பரமாய் இருக்கும் அதீதத்திலே.

மூச்சை நிறுத்தி, மூலாதாரத்து அக்கினியை எழுப்பி, பிரம மரந்தரம் அளவும் செலுத்தி, இடையில் வருகிற இடையூறுகளை எல்லாம் மாற்றிச் சமாதி நிலை எய்தினால் இந்த இன்பம் கைகூடும் என்ற யோகிகள் கூறுவார்கள். ஆனால் முருகனுடைய பாதாரவிந்தத்தில் உள்ளத்தை வைத்துவிட்டால் மிகவும் முயன்று யோகம் செய்ய வேண்டியதில்லை. யோகிகள் பெறும் சிறந்த நிலையையே

அடைந்துவிடலாம் என்று ஓர் எளிய வழியை அருணகிரியார் இந்தப் பாடலில் காட்டுகிறார்.

சாடும் சமரத் தனிவேல்
முருகன் சரணத்திலே
ஓடும் கருத்தை இருத்தவல்
லார்க்குஉகம் போய்ச்சகம்போய்ப்
பாடும் கவுரி பவுரிகொண்
டாடப் பசுபதிநின்று
ஆடும் பொழுது பரமாய்
இருக்கும் அதீதத்திலே.

[பகைவர்களை எதிர்த்துச் சென்று அழிக்கும் போரில் சிறந்து விளங்கும் ஒப்பற்ற வேலை ஏந்திய முருகனுடைய திருவடிகளில், எப் பொழுதும் ஓடிக்கொண்டிருக்கும் மனத்தை அமைந்து இருக்கச் செய்யும் ஆற்றலுடையவர்களுக்கு, யுகங்கள் போய், சக உணர்வு போய், பாடுகின்ற கவுரி சுழன்று ஆடும் கூத்தை மேற்கொண்டு ஆட, பசுபதி நின்று ஆடுவான்; அப்பொழுது அதீதத்தில் சென்றால் அங்கே எல்லாவற்றிற்கும் மேற்பட்ட ஆனந்தமாக இருக்கும்.

சாடும் - பகையை அழிக்கும். சமரம் - போர். சரணம் -திருவடி. பவுரி - சுழன்றாடும் கூத்து. அதீதம் - அதற்கும் மேலான நிலை. பரமாய் -மிக உயர்ந்த ஆனந்தமாய்.]

நம் முயற்சி, ஓடும் கருத்தை முருகன் சரணத்தில் இருத்து வது. பின் மெல்ல மெல்லப் பிற அநுபவம் கைகூடும். முதலில் இடமும் காலமும் மறந்த நிலையில் சிவசக்தி தாண்டவ தரிசனம் கிடைக்கும்; அப்பால் எல்லாம் மறந்த இன்பம் உண்டாகும்.

இது கந்தர் அலங்காரத்தில் 68-ஆம் பாடல்.

சத்தி வாள்

மனிதனுக்கு ஏதேனும் ஒரு பொருளால் துன்பம் உண்டாவது இயற்கை. ஆனால் அந்தத் துன்பம் உண்டாவதற்கு முன்பே அது வருமே என்று எதிர்நோக்கி அஞ்சிப் புதிய துன்பத்தை அவன் அடைகிறான். புலி அடிக்காவிட்டாலும் கிலி அடித்துவிடும் என்பது பழமொழி. தைரியம் இல்லாதவன் தான் படுகிற துன்பத்தைக் கண்டு சாவதோடு, வரப்போகும் துன்பத்தையும் நினைந்து புலம்புகிறான். போனதையும் நினைத்து அழுகிறான். "போனது போய்விட்டது; இனி எது வந்தால்தான் என்ன?" என்ற உறுதியோடு செய்ய வேண்டியவற்றைக் கவனிக்காமல் கோழையாகிறான். பத்து ஆண்டுகளுக்குப் பின்னால் இப்படி வரும் என்று யாராவது ஒரு குருட்டு ஜோஸ்யன் சொல்லியிருந் தால் அதனை நினைத்து இன்று முதலே துன்பப்படுகிறான். மன வலி இல்லாதவர்களின் இயல்பு இது. ஆண்டவன் திருவருளி னால் மன வலிமை பெற்றவர்கள் வருகிற துன்பம் எத்தனை யானாலும் வருவது வரட்டும் என்று தைரியத்தோடு எதிர்த்து நிற்பார்கள்.

அச்சமும் பாதுகாப்பும்

"தைரியத்தோடு இருந்தால் வருகிற துன்பம் போய் விடுமா? நம் வீடு தீப்பிடித்துக் கொள்ள இருக்கும் போது, தீப்பற்றிக் கொள்ளாது என்ற தைரியத்தோடு இருந்தால் பற்றிக் கொள்ளாமல் இருக்குமா?" என்ற கேள்வியை யாராவது கேட்க லாம். வீட்டிலே தீப்பற்றிக் கொள்வதற்கும், மனத்திலே அச்சம் உண்டாவதற்கும் வேறுபாடு உண்டு. தீப்பற்றிக் கொள்ளும் என்று அறிந்து அதற்குப் பாதுகாப்பைத் தேடிக் கொள்ள வேண்டும். 'தீ வருமே' என்று வாயால் சொல்லிக்

கொண்டு துன்பமுறுவது அறிவு ஆகாது. பின்னாலே புலி வரலாம் என்றால், புலி வருமே என்று அஞ்சி ஏங்கிக் கொண்டிருத்தல் கூடாது. அது வருவதற்கு முன்னால் அது வந்தால் பாதுகாத்துக் கொள்வதற்குக் கவசம் போட்டுக் கொள்ள வேண்டும். அப்போது புலி வந்தால் என்ன செய்யும் என்று கேட்கும் தைரியம் உண்டாகி விடும்.

இந்த உலகத்தில் செய்ய வேண்டியதைச் செய்தவர்கள் மரணம் என்ற துன்பம் வந்தாலும் அஞ்சுவது இல்லை.

"சந்ததமும் வேதமொழி யாதென்று பற்றினது
தான்வந்து முற்றும் எனலால்
சகமீ திருந்தாலும் மரணமுண் டென்பதைச்
சதாநிஷ்டர் நினைவ தில்லை"

என்று தாயுமானவர் சொல்கிறார். உலகத்தில் பிறந்த அத்தனை பேரும் இறந்துபடுவார்கள் என்பது உறுதி. அவரவர்கள் அநுபவிக் கின்ற துன்ப நிலைகள் மாறுபாடு உடையனவாக இருந்தாலும் மரணம் என்னும் துன்பத்தில் யாருக்கும் வேறுபாடு இல்லை,

"வினைப்போக மேயிந்தத் தேகம்கண் டாய்வினை
தான்ஒழிந்தால்
தினைப்போ தளவும்நில் லாதுகண் டாய்."

ஊழ்வினை முற்றுப்பெறும்போது நிச்சயமாக மரணம் அடைவோம் என்பது எல்லோரும் அறிந்த உண்மை. அறியாவிட்டா லும் உண்மை உண்மைதான். இதற்காக மரணம் வருமே என்று சொல்லிக் கொண்டிருப்பதில் பயன் இல்லை. வந்தால் என்ன செய்ய வேண்டும் என்று நினைத்து அதற்குரிய பாதுகாப்பைச் செய்ய வேண்டும்.

மார்கழி மாதம் வந்தால் குளிர் வருகிறது. குளிர் நமக்கு மட்டும் வருவது இல்லை. சமுதாயம் அத்தனைக்கும் பொதுவாக வருகிறது. மக்கள் எல்லோரும் குளிரினால் துன்புறுகிறார்கள். குளிரினால் உண்டாகும் துன்பத்திற்கு நான்

அஞ்ச மாட்டேன்' என்று ஒருவன் சொன்னால் மார்கழி மாதத்தில் குளிரே வராமல் தடுத்துவிடுகிறான் என்று பொருள் அல்ல. குளிரில் விறைக்காமல் இருக்கக் கம்பளிச் சட்டை, போர்வை முதலியவற்றை எல்லாம் முன்கூட்டியே வாங்கி வைத்துக் கொள்கிறான். துன்பம் வரும் போது அவற்றைப் பயன்படுத்திக் கொள்கிறான். துன்பத்தின் உறைப்பு இல்லாமல் காப்பாற்றிக் கொள்கிறான். அதனால் அவனளவில் துன்பம் இல்லையாகிறது. மழை பெய்வது இயற்கைதான். மழை பெய்யும் காலத்தில் அதற்குப் பயந்து கொண்டு வெளியில் போகாமல் இருப்பது சாத்தியம் அன்று. நம் கையில் குடை இருந்தால் மழையில் நனையாமல் நம்மைக் காப்பாற்றிக் கொள்ளலாம்; வெளியில் போய் வரலாம். ஊர் முழுவதும் மழை பெய்து ஓய்ந்த பின்புதான் வெளியில் போக வேண்டும் என்று யாரும் நினைக்க மாட்டார்கள்.

யமனால் உண்டாகிய பயம் உலகம் முழுவதற்கும் பொது. யமன் என்று சொல்லாவிட்டாலும் மரணம் என்பது மனிதனுக்கு உண்டு என்பதை எல்லோரும் ஒப்புக் கொள்கிறார்கள். மரணாவஸ்தை நமக்கு வரும் என்று அறிந்து, அது வருவதற்கு முன்பு வேண்டிய பாதுகாப்பைத் தேடிக் கொண்டால் மரணத் துன்பத்தினின்றும் ஓரளவு நீங்கலாம். அந்தப் பாதுகாப்புத்தான் ஆண்டவனுடைய திருவருள்.

நுண்பொருளுக்கு அடையாளம்

இனிமேல் வருகிற துன்பத்தை எண்ணி அஞ்சுவது மற்றொரு துன்பத்திற்குக் காரணமாகிறது. அந்த அச்சம் போக வேண்டுமென்றால் அதற்கு மாற்றாகச் சில உறுதிகளை மனத்தில் கொள்ள வேண்டும். பயம் என்பது கண்ணுக்குத் தெரியாத பொருள். யமனும் அத்தகையவன் தான். யமனை யாரேனும் பார்த்தது உண்டா? ஒருகால் இறந்து போனவர்கள் பார்த்திருக் கலாம். அதுவும் நிச்சயம் சொல்வதற்கு இல்லை. இறந்தவர்கள் திரும்பி வந்து சொன்னது இல்லையே! யமனை மரண தேவன் என்று சொல்வார்கள். அவன் கன்னங்கரேல்

என்று இருப்பான்; எருமைக்கடா வாகனத்தின்மேல் வருவான்; கையில் திரிசூலம் வைத்திருப்பான்; பாசக் கயிற்றை வைத்திருப்பான்; அவன் கண் சிவப்பாய் இருக்கும் இப்படிக் காலனைப் பற்றிய விவரங் களைப் புராணங்கள் சொல்கின்றன. இந்த உருவம் அவனைப் பார்த்துப் படம் பிடித்த உருவம் அன்று. பார்த்தவர்கள் யாரும் இல்லை. மரணம் என்ற ஒன்றை நாம் நினைக்க வேண்டும் என்பதற்காக இப்படியெல்லாம் உருவம் கொடுத்திருக்கிறார்கள். நுண் பொருளாக இருப்பதைப் பருப்பொருளாகக் கற்பனை செய்வது கலைத் தன்மையில் ஒரு வகை. நல்லதாக இருந்தாலும், பொல்லாததாக இருந்தாலும் உருவம் கொடுத்துக் கற்பனை செய்து விவகாரம் பண்ணுவது இந்த நாளிலும் அதிகமாக இருக்கிறது.

யமன் என்னும் கற்பனை

உலகத்தில் மரணம் என்பது இந்த ஊர்க்காரனுக்குத்தான் வரும், இன்ன சாதிக்காரனுக்குத்தான் வரும் என்ற வரையறை கிடையாது. உடம்பு எடுத்த எல்லா உயிர்க்கும், உடம்பைப் போக்குகின்ற மரணம் வருவது இயற்கையே. எல்லோருக்கும் மரணம் ஒன்றாக வரும்போது இந்து மதத்தில் உள்ளவர்களுக்கு மாத்திரம் இந்தமரணத்தை உண்டாக்க யமன் வருகிறான் என்றால் மற்ற மதத்தினர்களுக்கு யார் யார் வருகிறார்கள்? அவர்களுக்கு வெவ்வேறு ஆசாமி வருவானா? மற்ற மதத்தினர்கள் யமனைப் பற்றிச் சொல்வது இல்லை. ஆகையால் அவர்களுக்கு மரணம் இல்லையா? மரண தேவன் யமனானால் யமன் இல்லாத மக்களுக்கு மரணம் இல்லையென்று சொல்ல முடியுமா?

இப்படியெல்லாம் பல கேள்விகள் எழலாம். மரணம் வரும் என்பதை நினைப்பூட்டுவதற்கு யமன் என்ற ஒரு கற்பனை செய்திருக்கிறார்கள். அந்தக் கற்பனை இடத்திற்குத் தக்கபடி வேறுபடும். மற்ற நாடுகளிலும் மரண தேவதை என்று ஒன்றைச் சொல்வார்கள். இப்போதும் மரணத்தை எலும்பு

உருவத்தில் குறிக்கிற வழக்கம் கலைஞர்களிடம் இருக்கிறது. யமன் என்பது ஓர் அடையாளம்.

காலன் என்ற சொல் நம் இறுதிக் காலத்தை அறிந்து வருகிறவன் என்ற பொருளை உடையது. அவன் எருமைக் கடாவின் மேல் வருகிறான். எதற்கும் அஞ்சாதது எருமைக்கடா. அவனும் யாருக்கும் அஞ்சாதவன். மரணத்தை யாராலும் மாற்ற முடியாது என்ற கருத்தை இப்படியெல்லாம் கற்பனை பண்ணியிருக்கிறார்கள். எவ்வளவு ஆற்றல் உடையவனாக இருந்தாலும், கல்வி உடையவனாக இருந்தாலும், பொருள் உடையவனாக இருந்தாலும் மரணத்தினின்றும் தப்புவது அரியது. மரணம் எதற்கும் அஞ்சி நில்லாது என்ற கருத்தையே இவ்வாறு சொல்கிறார்கள்.

பள்ளிக்கூடத்திற்குப் பக்கத்தில் உள்ள ரோடுகளில் ஒரு தூணை நட்டு அதன்மேல் ஒரு தகட்டை அடித்திருப்பார்கள்.

அதில் ஒரு பையன் ஓடுவது போலப் படம் எழுதி வைத்திருப்பார்கள். "பள்ளிக்கூடத்துப் பையன்கள் நடமாடுகிற இடம் இது. ஆகையால் காரை மெல்ல ஓட்டு" என்று விரிவாக எழுதி வைப்பதற்குப் பதிலாக இந்தத் தகட்டை நட்டு வைத்திருக்கிறார்கள். கார் ஓட்டுகிறவர்களுக்கு இதன் பொருள் தெரியும். சொல்ல வேண்டியவற்றை விரிவாக எழுதி அங்கே வைத்திருந்தால், வேகமாகக் காரில் போகிறவர்களால் அதைப் பார்க்க முடியாது. அது அவசியமும் அன்று. விரிவாக இருப்பதைச் சுருக்கமாகவும், நுட்பமாக இருப்பதைப் பருப்பொருளாகவும் தெரிந்துகொள்ளச் சித்திரம் போட்டுக் காட்டுவது சிறந்த கலைப் பண்பு. அது நாகரிகத்துக்கு ஒத்ததே.

செஞ்சிலுவை *(Red Cross)* என்று ஒரு ஸ்தாபனம் இருக்கிறது. அதற்கு அடையாளம் செஞ்சிலுவை. அதைப் பார்த்தால் நோயாளிகளுக்கும் அகதிகளுக்கும் உதவி செய்வார்கள் என்ற நம்பிக்கை உண்டாகிறது. அந்தச் சின்னத்தை அணிந்தவர்கள் சிறந்த தொண்டுகளைச் செய்வதனால் அதைக்

காணும்போதே அவர்கள் செய்யும் காரியங்களை நாம் உணர்ந்து கொள்கிறோம். செஞ்சிலுவைக்கும் அந்தக் காரியத்திற்கும் என்ன தொடர்பு என்று கேட்பது இல்லை.

காலனும் கால காலனும்

இத்தகைய குறியீடுகளைத் தெரிந்து கொள்ளக் கூடிய பகுத்தறிவும், பொறுமையும் இருக்குமானால் யமன் என்ற குறியீட்டின் பொருளையும் நாம் தெரிந்து கொள்ளலாம். மரணம் வரும் என்ற உண்மையை யாவருக்கும் நினைப்பூட்டும் சித்திரம் அது. மரணத்திற்கு யமனுடைய உருவத்தைக் கொடுத்து, அந்த மரணத்தைப் போக்கும் பலம் இறைவன் திருவருளால் வரும் என்பதை நமக்கு அறிவிக்கவே சிவபெருமான் காலகாலன் என்பதையும் சொல்லியிருக்கிறார்கள். அதற்கு ஒரு கதையையும் வழங்குகிறார்கள்.

இந்தக் கதையைச் சின்னஞ்சிறு பிராயத்தில் குழந்தைகள் தெரிந்து கொள்கிறார்கள். மரணம் என்பது இன்ன பருவத்தில் வரும் என்ற நிச்சயம் இல்லை. எந்தச் சமயத்திலும் நாம் மரணத்தை அடையலாம் என்பதை உணர்ந்து, அதற்குரிய பாதுகாப்பைத் தெரிந்து கொள்ளவேண்டும். அதற்காகத்தான் காலன் கதையும், காலகாலன் கதையும் இந்த நாட்டில் வழங்கு கின்றன.

யமனைப் பற்றி மாத்திரம் தெரிந்துகொண்டால் போதாது. யமனுடைய உருவம், யமன் செய்யும் காரியங்கள் ஆகியவற்றை எல்லாம் தெரிந்துகொள்பவன் யமனுக்கும் யமனாக இருக்கிற ஆண்டவனுடைய உருவம், அவனுடைய கருணைத் திருவிளை யாடல்கள், உபகாரங்கள் ஆகியவற்றையும் தெரிந்து கொள்ள வேண்டும்.

பாவனையால் பயத்தை மாற்றுதல்

நம்முடைய மனத்தில் ஒரு பயம் இருந்தால் அதை மாற்று வதற்கு ஒரு தைரியம் வேண்டும். பயம் மனத்தில்

தோன்றுவது. அதை மாற்றும் தைரியமும் மனத்தில் எழுவது. பயம் கற்பனையாக இருந்தால் அதை மாற்றும் தைரியம் கற்பனையாக இருக்க வேண்டும். பயம் உண்மையாக இருந்தாலும் அதை மாற்றுகின்ற தைரியத்தைப் பாவனை மாத்திரத்தால் உண்டாக்கிக் கொள்ளலாம்.

என் இளமையில் ஒரு பெரியவர் எனக்குச் சில உபதேசங்கள் செய்தார். மனத்தில் உண்டாகும் பயத்தை மாற்ற அவர் ஒரு வழி சொன்னார். பயத்திற்கு மாற்றாக அதனைப் போக்குகின்ற ஒரு பாவனை செய்ய வேண்டும் என்று சொல்லிக் கொடுத்தார். எங்கள் ஊர் காவேரிக் கரையில் சுடுகாடு இருக்கிறது. அங்கே பேய் இருப்பதாக இளம் பிராயத்தில் எனக்கு ஒரு பயம் உண்டாயிற்று. பேய் என்ற நினைவு வரும்போது எனக்குப் பயமாக இருக்கிறதென்று பெரியவரிடத்தில் சொன்னேன். பேய் உண்டா என்றும் கேட்டேன். அவர், "பேய் இருக்கிறதோ இல்லையோ, அதைப் பற்றிக் கவலைப்பட வேண்டாம். பேய் என்ற நினைவினால் வரும் அச்சத்தைப் போக்க வழி சொல்லித் தருகிறேன்" என்று சொன்னார். "பேய் உனக்குமுன் நிற்பது போலவும், உன்னுடைய கையில் ஒரு வாளை வைத்துக் கொண்டு அதை வெட்டுவது போலவும் கற்பனை செய். அப்படி வெட்டிய போது பேய் கதறுவதாகவும், இறந்துவிட்டதாகவும் பாவனை செய். அப்போது பேய்ப் பயம் போய்விடும்" என்றார்.

இந்த உபதேசத்தைக் கேட்டுக் கொண்டு பாதி ராத்திரியில் வேண்டுமென்றே காவேரிக் கரையில் உள்ள சுடுகாட்டுக்கு அருகில் செல்வேன். முதலில் பேய் என்ற நினைவினால் உடம்பெல்லாம் நடுங்கும். பின்பு கண்ணை மூடிக் கொண்டு என் கையில் வாள் இருப்பதாகவும் அந்தப் பேயை வெட்டுவதாகவும் பாவனை பண்ணுவேன். கண்ணைத் திறந்து கொண்டும் அந்தப் பாவனையை மறுபடியும் செய்வேன். இந்தப் பழக்கத்தினால் பேயின் பயம் எனக்கு நீங்கிவிட்டது. பேய் இருக்கிறதென்பது ஒரு கற்பனை. அதை மாய்த்துவிட்டேன் என்பதும் கற்பனை. முள்ளை முள்ளால் எடுப்பது போலக் கற்பனையைக் கற்பனையால் நீக்குவதற்கு

இந்த வழக்கத்தை அந்தப் பெரியவர் எனக்குச் சொல்லிக் கொடுத்தார்.

மனத்திண்மை இல்லாதவர்களுக்கு திண்மை வரவேண்டுமானால் மீட்டும் மீட்டும் வலிமையுடைய எண்ணங்களை எண்ண வேண்டும். மெஸ்மெரிசம், ஹிப்னாடிசம் என்று சொல்லுகிற வித்தைக்காரர்கள் அடுத்தடுத்து ஒரு கருத்தைச் சொல்லித்தான் மயக்குவார்கள். நம் மனத்திற்குப் பலமுறை பாவனை பண்ணுவதனால் வலிமையோ, பயமோ உண்டாகும் என்பதை இந்தக் காலத்து மனவியல் அறிந்தவர்கள் ஒப்புக் கொள்கிறார்கள். மரணம் என்பது நிச்சயமாக வருகிறது. அதை மாற்றிக் கொள்வதற்கு வழி வேண்டும். அந்த மரணத்திற்குக் கண் காணுகின்ற ஓர் உருவத்தைக் கற்பித்து, அந்த உருவத்தை நாம் வென்றுவிடலாம் என்பதற்கு மற்றொரு கற்பனை செய்தால் மனத்தில் உறுதி ஏற்படும். எது பயத்தை உண்டாக்குகிறதோ அந்தப் பொருளை அழித்துவிட்ட தாகக் கற்பனை பண்ணினால் பயம் குறையும்.

பயம் எழுதலும் மாற்றுதலும்

பயம் எழாமலே இருப்பது என்பது இயலாத காரியம். மனத்தினுடைய இயற்கை பயம் தோன்றுவது. தோன்றிய பயத்தை மாற்றுவதற்கு வழி காணவேண்டும். ஔவைப்பாட்டி, "ஆறுவது சினம்" என்று சொன்னாள். சினம் கொள்ளாமல் இரு என்று சொல்லியிருக்கலாம். அது மிகவும் அரிது. சாமானிய மனிதனுடைய உள்ளத்தில் திடீர் திடீர் என்று சினம் தோன்றுவது இயற்கை. இயற்கையாகத் தோன்றும் சினத்தை அறிவினாலே தடுத்து நிறுத்த வேண்டுமென்று, நடைமுறைக்கு இணைந்த நீதியைச் சொன்னார். அதுபோலவே நம்முடைய உள்ளத்தில் பயம் தோன்றாமல் இருப்பது இயற்கை அன்று. ஆனால் உண்டாகும் பயத்தை வளரவிட்டால் அதனைப் போக்குவதற்கு ஏதேனும் உபாயத்தைப் பின்பற்றலாம்.

மரண பயத்தைப் போக்குவதற்கு மரணத்தை வெல்லுகின்ற நெறியில் நடக்க வேண்டும். மரண பயத்தைப் போக்குவதற்கு இறைவன் இருக்கிறான் என்று நிச்சயபுத்தி வேண்டும். மரணம் வருமே என்று பொதுவாக நினைப்பதைக் காட்டிலும் யமன் வருவான் என்று உருக்கொடுத்து நினைப்பது எளிது. அந்த யமனுக்கு யமனான ஆண்டவன் திருவருள் கிடைக்கும் என்று கற்பனை செய்வதும் எளிது. ஒன்றை ஒன்று மாற்றிவிடும். இதற்காகத்தான் எம்பெருமான் திருவிளையாடல்களை நாம் படித்துச் சிந்தித்து வருகிறோம்.

யமனை வெல்லுதல்

மரணத் துன்பம் கண்ணாலே காண முடியாதது.நுட்ப மானது. அதற்குப் பருப்பொருளாக ஓர் உருவத்தைக் கொடுத்துத் திரிசூலமும் பாசக் கயிறும் தாங்கி, எருமைக் கடாவின் மேல் யமன் வருகிறான் என்று எழுதி இருக்கிறார்கள். ஆண்டவன் அருள் இருக்குமானால் அவனைக் கொன்று வீழ்த்தலாம் என்று நம்பிக்கை ஊட்டுகிறார்கள்.

"யாதொன்று பாவிக்க நான் அது ஆதலால்"

என்று கூறுவார் தாயுமானவர். "நான் யமனைக் கொன்று விட்டேன் என்று அடுத்தடுத்து நினைத்தால் அது மெய்யாகப் போய்விடும். ஆனால் அந்தத் தைரியம் நமக்கு வரவேண்டு மானால் நாமும் ஒரு பலத்தைக் கொள்ள வேண்டும்; ஒரு பெரும் துணையைப் பற்றிக் கொள்ள வேண்டும். அந்தத் துணைதான் இறைவன். அருணகிரியார் அத்தகைய பலம் ஒன்று உண்டென்று இங்கே நினைப்பூட்டுகிறார்.

"முருகப்பெருமானுடைய திருக்கரத்தில் உள்ள சத்திவாள் கிடைத்திருக்கிறது; அதனால் நான் யமனை வெட்டி வீழ்த்தி விடுவேன்" என்று கூறுகிறார். யமன் வருவான் என்ற நினைவோடு மயில்வாகனப் பெருமானது சத்திவாள் நமக்குக் கிடைக்கும் என்ற எண்ணமும் நமக்கு இருந்தால் பயம் போய்விடும். அருணகிரிநாதர் கால பயம் போவதற்குப் பல பாடல்களை வெவ்வேறு வகையில் சொல்லியிருக்கிறார்.

காலனால் வருகிற அச்சத்தை நினைப்பூட்டி, அதனைப் போக்குவதற்கு இறைவனுடைய அருள் பயன்படும் என்பதையும் அழுத்தமாகப் பாடுகிறார். அத்தகைய பாடல்களுள் இப்போது பார்க்கும் பாடலும் ஒன்று.

அருணகிரியாரின் உறுதி

'காலன் என்ற ஒரு பாவி வருவான். அவன் மிகப் பொல்லாதவன். நம்மிடம் வந்து தொந்தரவு செய்வதற்கே அவன் வருகிறான். யாவருக்கும் அஞ்சாத பேர்வழி அவன். அத்தகையவன் ஒரு பக்தனிடம் சென்று வாலாட்டினான். அவனை அறுத்துக் கொன்றுவிட்டார் ஒரு பெரியவர். அந்தப் பெரியவருக்கு அந்தத் தைரியம் எப்படி வந்தது தெரியுமா? அத்தகைய தைரியத்தை அவருக்கு ஒரு பிள்ளையாண்டான் அளித்தான். அவர் கையில் வாள் ஒன்று கொடுத்து அந்த வாளினால் அத்தகைய தைரியத்தைப் பெறும்படி செய்தான். அந்தப் பிள்ளையை நான் தேடிச் சென்று என்னுடைய துன்பத்தைப் போக்க வேண்டுமென்று இறைஞ்சினேன். எனக்கும் ஒரு சக்தி வாள் கொடுத்தான். நான் இப்போது வலிமை உடையவன் ஆகிவிட்டேன். அந்தக் காலன் என்னிடத்தில் இப்போது வருவானா?" என்று அறைகூவுகிறார் அருணகிரியார்.

***"தந்தைக்கு முன்னம் தனிஞான வாள் ஒன்று சாதித்தருள்
கந்தச்சுவாமி எனைத்தேற் றியபின்னர்க் காலன்வெம்பி வந்திப்
பொழுதுஎன்னை என்செய்ய லாம்? சத்தி
வாள் ஒன்றினால்
சிந்தத் துணிப்பன் தணிப்பரும் கோபத்ரி சூலத்தையே."***

கலக்கமும் தெளிவும்

தேற்றுதல் - தெளிவு பெறச் செய்தல். தெளிவுக்கு மாறுபாடு கலக்கம். மனிதன் பிறந்துவிட்டால் பிறப்பாகிய துன்பத்திற்கு உட்பட்டுப் பலபல கலக்கங்களை அடைகிறான். பிறரால் துன்பம் நேருமே என்று நினைக்கும் போது கலக்கம் உண்டாகிறது. தான் செய்த காரியங்கள் நல்ல பலனைத்

தராதபோது கலக்கம் உண்டாகிறது. "இத்தகைய பலவகைக் கலக்கங்கள் உடையவனாக நான் இருந்தேன். கந்தசாமிக் கடவுள் என்னைத் தேற்றினான். நான் தெளிவு பெற்றேன். அதற்கு முன்பு நான் இருந்த அவலநிலை மாறியது. இப்போது நான் எதற்கும் அஞ்ச வில்லை" என்பது அருணகிரி நாதருடைய அனுபவம்.

இறைவனுடைய திருவருளைப் பெறுவதற்கு முன்னால் நாம் நம்முடைய வலிமை காரணமாக எந்தத் துன்பம் வந்தாலும் போக்கிக் கொண்டு விடலாம் என்ற தைரியத்தோடு இருக் கிறோம். தம்மோடு வாழ்கிறவர்களை வெட்டுவதும், குத்தவதுமாக உடல் பலத்தைக் கொண்டு சிலர் வாழ்கிறார்கள். இத்தனை வீரமும் காலனுக்கு முன்னால் செல்லாது. ஆயிரம் ஆயிரம் மக்களைக் கொன்று குவிக்கின்ற பெருவீரம் உடையவர்களையும் கொன்று குவித்து விடுகிறான் காலன். உலகத்திலுள்ள அத்தனை பேரையும் அவரவர்களுக்குரிய நாளில் அவன் வெட்டிச் சாய்த்துக் கொண்டு வருகிறான். அவனைக் கண்டு அஞ்சிய மக்கள் பலர். வெறும் வாய் வீரமும், வல்லமையும் அந்தக் காலனிடத்தில் செல்லா. அவனைக் கண்டு அஞ்சுகின்ற கூட்டத்தில் இறைவ னுடைய அருளைப் பெறாதவர்கள் சேருகிறார்கள். திருவருளைப் பெற்றுவிட்டாலோ காலனால் நமக்கு எந்தத் துன்பமும் இல்லை என்ற உறுதிப்பாடு வந்துவிடும்.

நமக்கு வரும் துன்பம் இன்னது என்று முறைப்படி தெரிவது இல்லை. வறுமையினால் துன்பம், நோயினால் துன்பம், பிறருடைய நலிவினால் துன்பம் என்று பல துன்பங்கள் நமக்கு உண்டாகின்றன. இவை அல்லாமல் பிறன் வாழ்வதைக் கண்டும் சிலருக்குத் துன்பம் உண்டாகிறது; இதற்குக் காரணம் பொறாமை. வேறு ஒருவன் புகழ் உடையவனாக இருந்தால் நமக்குப் புகழ் கிடைக்க வில்லையே என்று மனம் கலங்குகிறது. இந்த வகையில் நமக்கு ஏற்படும் துன்பங்களும், கலக்கங்களும் எல்லை காணாதவை. காலன் வருவான் என்ற துன்பம் எல்லோருக்கும் நன்றாகத் தெரியும்.

துன்பமும் மாற்றும்

நமக்கு வருமோ வராதோ என்று நினைத்திருக்கிற துன்பங் களுக்கு எல்லாம் மாற்றாகப் பல வலிமையுடைய பொருளைத் தேடிக் கொண்டிருக்கிறோம். வறுமைத் துன்பத்திற்கு மாற்றுப் பணமும், பணக்காரர்களும்; நோய்த் துன்பத்திற்கு மாற்று மருந் தும் மருத்துவர்களும்; தனிமைத் துன்பத்திற்கு மாற்று உறவினர் களும், நண்பர்களும்; அறியாமைத் துன்பத்திற்கு மாற்றுக் கல்வி; பசித் துன்பத்திற்கு மாற்று உணவு; புலன்களின் பசிக்கு மாற்று, புலன்களால் நுகரப்படும் அநுபவம். இப்படித் துன்பமும் அதனைப் போக்குகின்ற முறிவுமாகப் பலவற்றை உலகத்தில் பார்க்கிறோம்.

தமக்கு ஒரு துன்பம் வருமா, வராதா என்பது தெரியா விட்டாலும் அதற்குரிய பாதுகாப்பைப் பலர் தேடி வைத்துக் கொண்டிருக்கிறார்கள். கல்யாணம் பண்ணிக் கொண்டவன் தனக்குப் பிள்ளை பிறக்கும் என்று நிச்சயமாகச் சொல்ல முடியாது. ஆனால் பிறந்தால் அவனுக்குப் பணம் கொடுக்க வேண்டும் என்று சொத்துச் சேர்த்துக் கொள்கிறான். ஒரு பெண்மணி தனக்குப் பெண் பிறக்கும் என்ற நிச்சய புத்தி இல்லாவிட்டாலும் தானும் போட்டுக் கொண்டு தனக்குப் பிறக்கும் பெண்ணுக்கும் போட வேண்டுமென்று நகைகளைச் சேர்த்துக் கொள்கிறாள். நிச்சயம் இல்லாத ஒன்றை எதிர்பார்த்து முன்கூட்டியே பல காரியங்களைச் செய்யத் தெரிந்து கொண்டிருக்கும் நாம், நிச்சயமாக வரக்கூடிய காலனுடைய துன்பத்திற்கு மாற்றாக என்ன செய்திருக்கிறோம் என்பதை நினைந்து பார்க்க வேண்டும்.

அருணகிரியார் அப்படி நினைந்து பார்த்து அந்தக் காலனையே வெட்டி வீழ்த்துவதற்கு ஒரு வாள் வேண்டும் என்று கருதினார். பௌதிகமான வாளால் பயன் இல்லை என்று தெரிந்து இறைவனுடைய அருளாகிய சக்தி வாளை யாசித்தார். பொருள் அல்லாதவற்றைப் பொருள் என்று எண்ணி அவற்றையே துணையாகத் தேடிக் கலங்கி நிற்கிற

நம்மைப் போல் இல்லாமல், யார் மெய்யான பொருளோ, எவனுடைய துணை மெய்யான துணையோ அவனையும், அதனையும் அவர் பெற்றார். அவருக்கு மயக்கம் தெளிந்தது. சத்தியமான பொருளை அடைந்து சத்தியமான துணையை அடைவதைக் காட்டிலும் தெளிவு வேறு என்ன இருக்கிறது? அந்தத் தெளிவை இறைவன் தமக்குத் தந்ததாகச் சொல்கிறார்.

"இதற்கு முன்னாலே நான் மயக்கத்தில் வீழ்ந்து இருந்தேன். இப்போது கந்தசுவாமி அந்த மயக்கத்தைப் போக்கி எனக்குச் சத்திவாள் தந்தான். அந்த வாளை என் கையில் கொண்ட வுடனேயே மயக்கமும், பயமும் போய்விட்டன. காலன் வந்தால் இனிப் பயம் இல்லையென்ற உறுதிப்பாடு எனக்கு வந்துவிட்டது" என்கிறார்.

முன் கொடுத்த வாள்

இப்படிக் கொடுத்த பெருமான் முன்னாலேயே ஒரு வாளை ஒருவருக்குக் கொடுத்திருக்கிறான். மிகச் சிறந்த ஒருவருக்கு அந்த வாள் பயன்பட்டிருக்கிறது. வேறு யாருக்கும் கொடுக்காத வாள் அது; ஒப்பற்ற ஞான வாள். ஞானவாளாகிய ஓங்காரப் பொருளைத் தன்னுடைய தந்தைக்குக் கொடுத்தவன் முருகப் பெருமான். அந்த வாளைச் சிவபெருமான் வைத்திருக்கிறான். அத்தகைய பெருமான் எனக்கு இப்போது ஒரு வாள் தந்தான் என்று பேசுகின்றார் அருணகிரியார்.

தந்தைக்கு முன்னம் தனிஞான வாள்ஒன்று சாதித்தருள் கந்தச் சுவாமி.

"இது என்ன வேடிக்கையாக இருக்கிறது! தன்னுடைய தகப்பனுக்கு ஞான வாளைத் தந்தான் முருகன் என்றால், அதற்கு முன்பு சிவபெருமானிடத்தில் அஞ்ஞானம் இருந்ததா?" என்ற கேள்வி வரும். தானம் பண்ணுகிறவர்கள் இல்லாதவனுக்கும் கொடுப்பது உண்டு; இருப்பவனுக்கும் கொடுப்பது உண்டு. சோம வார அமாவாசை என்று அரச மரத்தைப் பிரதட்சிணம் செய்வார்கள். ஆயிரத்தெட்டுப்

பிரதட்சிணம் பண்ணுவதற்கு ஒரு கணக்கு வேண்டும் அல்லவா? அதற்கு அவரவர்களுடைய செல்வநிலைக்கு ஏற்றபடி பலபல பொருள்களைப் போடுவார்கள். மிளகு போடுவாரும், திராட்சைப் பழம் போடுவாரும், கண்ணாடியும் குங்குமச்சிமிழும் போடுவாரும் உண்டு. சில பேர் லட்டு போடுவார்கள்; முறுக்கு போடுவார்கள். விலை உயர்ந்த பண்டங்களைச் சிறந்த செல்வர்கள் போடுவார்கள். அப்படிப் போட்ட பொருள்களைப் பிறகு அருகில் உள்ள ஏழைகளுக்கும், குழந்தைகளுக்கும் விநியோகிப்பது வழக்கம். கொடுப்பதற்கு முன் அங்கே யார் மிகப் பெரியவர்களாக இருக்கிறார்களோ அவர் களுக்குக் கொடுப்பார்கள். அவருக்கு அந்தப் பொருள் வேண்டும் என்பது அல்ல. நாம் கொடுக்கும்போது நல்லவருக்குக் கொடுக்க வேண்டும் என்றே அவரிடம் அந்தப் பண்டத்தைக் கொடுக்கிறார்கள். அந்த மாதிரி முருகப் பெருமான் உலகத்தில் உள்ள ஏழை களுக்கெல்லாம் தன்னுடைய சத்திவாளை வழங்க முற்பட்டான். முதல் முதலாக ஒரு பெரியவரிடத்தில் கொடுக்க வேண்டும் என்று அந்த ஞான வாளைத் தன்னுடைய தந்தையாகிய சிவ பெருமானுக்கே தந்தான். தான் தொடங்கின காரியத்தை நல்ல இடத்திலிருந்து தொடங்க வேண்டும் என்ற எண்ணத்தோடு அந்தக் காரியத்தை அவன் செய்தான்.

தந்தைக்குத் தந்த வாள்

முருகப்பெருமான் ஞான வாள் கொடுக்கிறவன் என்ற செய்தியை உலகம் அறியவேண்டும் என்றால் அதை எப்படி விளம்பரப்படுத்துவது? ஓரிடத்தில் எல்லோருக்கும் சோறு போடுவதானால் பழைய காலத்தில் அன்னக் கொடி கட்டுவார்கள். ஒவ்வொரு வீடாகச் சென்று."நாங்கள் சோறு போடுகிறோம். வாருங்கள், வாருங்கள்" என்று அழைக்க முடியாது. அன்னக் கொடி கட்டிவிட்டால் அதைப் பார்க்கிறவர்கள் எல்லோரும் இங்கே சாப்பாடு கிடைக்கும் என்று வருவார்கள். வேண்டியவர்கள், வேண்டாதவர்கள், ஏழைகள், செல்வர்கள், பசித்தவர்கள், பசி இல்லாதவர்கள்

யாரானாலும் அன்னம் பெறுவார்கள் என்பதற்கு அறிகுறியாக அந்த அன்னக் கொடி இருக்கும். அதுபோலத்தான் முருகன் செய்தான். ஞான வாளை யாருக்குக் கொடுக்கிறது என்று ஆளைத் தேடிக் கொண்டு போகவில்லை. எல்லோரும் நன்றாகத் தெரிந்து கொள்ளும்படியாக ஒரு காரியத்தைச் செய்தான். ஞான வாள் கொடுக்கிற உத்தியோகம் தன்னுடையது என்பதை உலகம் உணரவேண்டும் என்பதற்காக உலகத்திற்கு எல்லாம் தனித் தலைவனாக இருக்கும் தன் தந்தையிடம் முதலில் கொடுத்தான். சிவபெருமான் நிரந்தரமாக இருப்பவன். மற்றவர்களுக்குக் கொடுத்தால் அவர்கள் மறைந்து விடுவார்கள். ஒருகால் இருப்பார்கள்; மற்றொரு கால் விலாசம் இல்லாமல் போய்விடுவார்கள். அவர்களிடத்தில் கொடுக்கிறதும் மறைந்து போய்விடும். ஆகையால் என்றைக்கும் உள்ளவனும் தனக்கு மிகவும் நெருக்கமான தந்தையும் ஆகிய சிவபெரு மானிடத்தில் அதைக் கொடுத்தான்.

அழகான வண்டியைப் பண்ணுகின்ற தச்சன் ஒருவன் இளம் பிராயத்தில் தன் தந்தையிடத்தில் அத்தொழிலைக் கற்றுக் கொண்டான். பலருக்கு வண்டி பண்ணிக் கொடுக்கும் தொழிலை மேற்கொண்டான். முதலில் தன் தந்தைக்கு வண்டி செய்து கொடுத்தான். தன் தந்தையால் வண்டி செய்து கொள்ள முடியாது என்ற எண்ணம் அவனுக்கு இல்லை. எல்லோருக்கும் உபகாரம் செய்யும்போது அந்த உபகாரம் விளங்கவேண்டும் என்றும், அதற்கு மதிப்பு உண்டாக வேண்டும் என்றும் தன் தந்தைக்கு முதலில் செய்து கொடுத்தான். அந்த வகையில் முருகப் பெருமான் தன்னுடைய தந்தைக்குத் தனி ஞான வாளைக் கொடுத் தான்.அப்படிக் கொடுத்ததனாலேயே முருகப் பெருமானுடைய பெருமையை உலகம் முழுவதும் உணர்ந்து கொண்டது.

ஆற்றலும் கருணையும்

முருகப் பெருமானுடைய பெருமைக்கு அவன் குருநாதனாக இருந்தது ஒரு பெரிய அடையாளம். இறைவனிடத்தில் மற்றவர்களுக்கு இல்லாத பெரிய ஆற்றல் இருக்கிறது. அதோடு வேறு யாருக்கும் இல்லாத கருணையும் இருக்கிறது. அவனுடைய ஆற்றல், படைத்தல் முதலிய காரியங்களுக்கு உதவியாக இருக்கிறது. ஆருயிர்களுக்கு அருள் அநுபவம் கொடுப்பதற்காக அவன் கருணையை வைத்திருக்கிறான். அவனுடைய ஆற்றல் பொதுவானது; அதாவது எல்லா ஆருயிர்களுக்கும் அந்த ஆற்றல் உதவுகிறது. ஆனால் அவனுடைய கருணையோ சிறப்பானது; யார் யார் அதை நாடி வருகிறார்களோ அவர்களுக்கு நலம் செய்வது. இறைவனின் பெருமைகளை எண்ணும்போது நமக்கு வியப்பு உண்டாகிறது. ஆனால் அவனுடைய கருணையை எண்ணும்போது நாமும் அதைப் பெறவேண்டும் என்ற ஆசை உண்டாகிறது. வியப்பு உண்டாகும்போது நாம் சற்று எட்டி நின்று பார்த்துக் கும்பிடுகிறோம். கருணையை நினைந்து நம்பிக்கை உண்டாகும் போது அவனைத் தொட்டு நின்று இன்பம் அடைய வேண்டும் என்று எண்ணுகிறோம். முருகப்பெருமானது பெருமைக்கு அறிகுறி அவன் குமரகுருபரனாக இருந்து தந்தைக்கு முன்னம் தனி ஞான வாள் ஒன்று தந்தது. அவனுடைய கருணையைக் காட்டும் சிறந்த செயல் வள்ளியம் பெருமாட்டியை ஆட் கொண்டது. ஆகவே குமரகுருபரனாக எண்ணும் போது அவன் மகிமையும், வள்ளி மணாளனாக எண்ணும் போது அவன் கருணையும் நமக்குப் புலனாகின்றன. எவன் எல்லா வல்லமை யும் உடையவனோ, யார் எல்லாக் காரியங்களையும் செய்பவனோ அவன் கருணையும் உடையவன் என்று நினைக்கும் போது அவன் பால் வியப்பும் மதிப்பும், அவன் நமக்கும் அருள் செய்வான் என்ற நம்பிக்கையும் இணைந்து நம்முடைய பெரும் பயத்தைப் போக்கத் துணையாக நிற்கின்றன.

சிறியவன் இரக்கம் உடையவனாக இருந்தால் அவனிடத்தில் இருந்து சிறிய உதவியைத்தான் பெறலாம். பணத்தினால் மிகவும் பெரியவனாக இருப்பவன் இரக்கம் இல்லாதவனாக இருந்தால் அவனிடத்திலிருந்து எதுவும் பெறமுடியாது. இரக்கம் இல்லாத வன் மிகப் பெரிய பணக்காரனாக இருந்தாலும், இரக்கம் உள்ளவன் மிகச் சிறியவனாக இருந்தாலும் பயன் இல்லை.

***"அருள்என்னும் அன்புஈன் குழவி பொருள்என்னும்
செல்வச் செவிலியால் உண்டு"***

என்று வள்ளுவர் கூறுவார். இரக்கம் என்பது அன்பிலிருந்து விளைவது. அந்த இரக்கம் நன்றாகப் பயன்பட வேண்டுமானால் பொருள் என்ற செவிலி இருக்க வேண்டுமாம். எத்தனையோ நல்லவர்களுக்கு இரக்கம் இருக்கிறது. ஆனால் பிறருக்கு உதவி செய்கின்ற தகுதி அவர்களுக்கு இருப்பது இல்லை. ஏழைகளை எல்லாம் காப்பாற்ற வேண்டும் என்று ஒரு நல்லவர் நினைக் கிறார். அத்தனை பேருக்கும் கொடுக்கப் பணம் அவரிடம் இருப்பது இல்லை. பெரிய பணக்காரர்களுக்குப் பணத்தை மேலும் மேலும் சேர்க்கவேண்டும் என்ற ஆசை இருக்கிறதே யொழியப் பிறருக்குக் கொடுக்க வேண்டும் என்ற இரக்கம் இருப்பது இல்லை. வேறு யாருக்கும் இல்லாத செல்வமும், பிறருக்கு உதவி செய்யவேண்டும் என்ற இரக்கமும் ஒரே இடத்தில் இருந்தால் அவரால் உலகம் எல்லாம் இன்பத்தை அடையும். அத்தகையவன்தான் முருகன். அவன் தன் தந்தைக்கே ஞான வாளைச் சாதித்தான். அருணகிரிநாதர் முருகனுடைய பெருமையை நினைக்கும்போது அவன் குருநாதனாக இருந்தான் என்பதைத்தான் நினைப்பார். பதினாறாயிரம் திருப்புகழ் பாடிய அவர் முதல் திருப்புகழின் ஆரம்பத்தில் அதனை நினைக்கிறார்

***"முத்தைத்தரு பத்தித் திருநகை
அத்திக்கிறை சத்திச் சரவண
முத்திக்கொரு வித்துக்***

குருபர - எனவோதும் முக்கட்பர
மர்க்குச் சுருதியின் முற்பட்டது கற்பித்து."

தனி ஞான வாள்

இப்போது பார்க்கும் பாடலில் அந்தப் பெருமையை அலங்காரமாகச் சொல்கிறார். சிவனுக்குப் பிரணவ உபதேசம் செய்தான் என்று சொல்லிவிடலாம். தந்தைக்குத் தனி (ஒப்பற்ற) ஞானவாள் கொடுத்தான் என்று சொல்கிறார். இங்கே வாள் என்பது உருவகம். நாம் காணுகின்ற இரும்பு வாள் தசையைச் சேதிப்பது; உடம்பை வெட்டுவது. ஞான வாளோ உடம்பு சம்பந்தமான நினைவு அல்லது சரீர அபிமானத்தை வெட்டுவது. இந்தச் சரீரத்தையே பிரதானம் என்று நினைத்துச் சரீரத்தில் உள்ள இந்திரியங்களுக்கு இன்பம் ஊட்டுகிறவர்களே காலனைக் கண்டு பயப்படுகிறார்கள், தேகத்தைச் சதம் என்று நினைப்பவர்கள் மரணத்திற்கு அஞ்சு கிறார்கள். சரீரத்தை வெட்டுவது வாள். சரீர அபிமானத்தை வெட்டுவது ஞான வாள். சரீர அபிமானமும், காலனைப் பற்றிய பயமும் ஒன்றினோடு ஒன்று இணைந்தவை. ஆகவே சரீர அபிமானத்தை வெட்டுவது என்பதும், காலனை வெட்டுவது என்பதும் ஒன்றுதான். முருகப் பெருமான் திருவருளினால் சரீர அபி மானத்தைப் போக்கிவிடலாம். உடம்பினின்றும் உயிரைக் கூறு படுத்துவதனால் காலனுக்குக் கூற்றுவன் என்று பெயர் உண்டா யிற்று. இறைவனுடைய அருளைப் பெறாதவர்கள் கூற்றுவனுடைய சூலத்தால் குத்தப்படுவார்கள். அந்தக் காலனை வெல்வதற்கு ஞானம் பயன்படும். ஞானத்தை வாள் என்று சொல்வது ஒரு மரபு.

"ஞான வாள் ஏந்தும் ஐயர்
நாதப் பறை அறைமின்"

என்பார் மணிவாசகர். 'முருகப் பெருமான் தன்னுடைய தந்தைக்கு ஒப்பற்ற ஞான வாளைத் தந்தான்; அது மிகச் சிறந்தது. எனக்குச் சக்தி வாளைத் தந்தான். சத்தி வாள் எனக்கு ஆயிற்று. 'குருவிக்கு ஏற்ற இராமேசுவரம்" என்பது போல

எனக்கேற்ற சக்தி வாளைத் தந்தான்' என்று அருணகிரியார் சொல்கிறார்.

வாள் என்பது கூர்மையானது. வாள் என்ற சொல்லுக்கு ஒளி என்றும் பொருள் உண்டு. அஞ்ஞானம் என்ற இருட்டைப் போக்குகின்ற ஞானமாகிய ஒளியைக் கொடுத்தான். வாளுக்கும் கூர்மை உண்டு. அறிவுக்கும் கூர்மை உண்டு. கல்வி, கேள்வி, அநுபவம் என்ற மூன்றினாலும் ஞானம் உண்டாகிறது. அநுபவ ஞானம் மிகச் சிறந்தது. அதை அபரோக்ஷ ஞானம் என்றும், பர ஞானம் என்றும் சொல்வார்கள். இந்த ஞானத்தை ஆண்டவன் நமக்கு வாளாகக் கொடுக்கிறான். அதனால் அறியாமையாகிய இருளைப் போக்கி, சரீர அபிமானத்தைச் சேதித்து, அறியாமை யின் விளைவாக வருகின்ற மரணத்தையும் மாய்த்து விடலாம்.

சக்தி வாள்

'இறைவன் சக்தி வாள் தந்தான். அதனுடைய உதவியால் காலன் வந்தால் துணித்துவிடுவேன்' என்று பேசுகின்றார் அருண கிரியார். அவனுடைய அருளே சக்தி வாள். சக்தி என்பது அருள் தான். இறைவனிடம் அமைந்திருக்கும் ஆற்றல் அருள். அவன் அருளே யம பயத்தைப் போக்கும் சக்தி வாளாக உதவும். அந்த வாளை ஓச்சுவதற்கு நாம் முயலவேண்டும். படுக்கையில் படுத்துக் கொண்டு தூங்குகிறோம் என்றாலும் படுக்கையே தூக்கத்தைத் தருகிறது என்று சொல்ல முடியாது. தூங்குகின்ற சக்தி உடையவனுக்குப் படுக்கை தூக்கத்தை உண்டாக்கும் கருவியாக இருக்கலாம். இதை எண்ணாமல் படுக்கைதான் தூக்கத்தை உண்டாக்குகிறது என்று எண்ணி மனத்தில் கவலைகளை வைத்துக் கொண்டு படுத்தால், எத்தனை உருண்டு புரண்டாலும் தூக்கம் வராது. நம்முடைய மனநிலை தூக்கம் வருவதற்கு ஏற்றதாக இருந்தால் தான் படுக்கையும் சாதனமாக இருந்து தூங்குவதற்கு இடம் கொடுக்கும்.

'எம்பெருமான் எனக்குச் சக்தி வாள் தந்தான். அதனால் இனி மரண பயத்தை மாற்றிக் கொள்ள வேண்டும்' என்ற தைரியத்தோடு முனிவர் பேசுகின்றார். இந்த வாள் ஆண்டவனுடைய கையில் இருக்கிறது. நமக்கும் உதவுவான், ஆனால் அதைப் பெறுவதற்குரிய பக்குவத்தைப் பெற்று அப்பால் அவனுடைய திருவருளால் அது கிடைக்கப் பெற்றால்தான் நாமும் கால ஜயம் பண்ணுகின்ற நிலைக்கு வருவோம்.

கந்தசுவாமி நம்மைத் தேற்றுவதற்கு அவனிடத்தில் போய் அழ வேண்டும். வாசலிலே விளையாடச் சென்ற குழந்தை துன்பமுற்று அழுதுகொண்டே தாயிடத்தில் வந்தால் தாய் அந்தக் குழந்தையை அணைத்து முதலில் தேற்றிப் பின்பு அதற்கு வேண்டிய உணவைத் தருகிறாள். உலகத்தில் நாம் படுகிற துன்பங்களுக்கு அஞ்சி முருகப் பெருமானிடத்தில் போய் அழுது நின்றால் அவன் நம்மைத் தேற்றுவான்; சக்தி வாளைத் தருவான். வழியில் போகிற பெண்மணி தெருவில் நிற்கும் குழந்தைக்குத் தேறுதலோ நன்மையோ செய்யமாட்டாள். யாரிடத்திலிருந்து தேறுதல் வரும் என்பதைக் குழந்தை தெரிந்து கொள்ள வேண்டும். அநாதைக் குழந்தைக்கு ஊரெல்லாம் தாய்தான். ஒருத்தியும் தாய் அல்ல என்று சொல்கிற நிலையும் உண்டாகும். யார் தனக்கு அருள் செய்வாள் என்பதைத் தேடிக் கண்டுபிடிப்பது அதற்கு ஒரு பெரிய வேலையாக இருக்கும். முருகப் பெருமானைக் கண்டுபிடித்து அவன்தான் நம்மைத் தேற்றுவதற்கு உரியவன் என்பதைத் தெரிந்துகொள்ள வேண்டும். அப்படித் தெரிந்துகொள்ள அவனிடம் அடையாளம் இருக்கிறது. அவன் தந்தைக்கு ஞானவாளைச் சாதித்தவன்.

தந்தைக்கு முன்னம் தனிஞான வாள் ஒன்று சாதித்தருள் கந்தச்சுவாமி

சாதித்தல் என்றால் கொடுத்தல் என்று இங்கே பொருள். வைஷ்ணவ சம்பிரதாயத்தில் பரிமாறுவதைச் சாதித்தல் என்று சொல்வார்கள். கந்த சுவாமி என்று சொல்லுக்கு முன்னே பொருள் சொல்லியிருக்கிறேன். ஆறு திருவுருவங்களையும்

ஒன்று சேர்த்துக் கந்தன் என்ற பெயரை அம்பிகை கொடுத்தாள் என்று நூல்கள் கூறுகின்றன. பிரித்து வைத்திருக்கிறவற்றையெல்லாம் ஒட்ட வைக் கின்றவன் ஆண்டவன். தளர்ந்து போனதற்கு முறுக்கு ஏற்றி, சிதைந்து போனதை ஒன்றுபடுத்தி வலிமை உடையதாகச் செய் கின்றவன் ஆண்டவன். ஆறு கூறாக இருந்த குழந்தைகளை எல்லாம் ஒன்றாக உமாதேவி செய்ய, முருகு ஏறிய திரு வுருவத்தை ஏற்று எம்பெருமான் அருள் செய்கின்றான்.

பிரித்துப் பிரித்துப் பார்க்கின்ற தன்மையினால் உடலினின்றும் உயிரைப் பிரிக்கிற கூற்றுவனின் பாசத்திற்கு ஆளாகிறோம். பிரிப்பதை மாற்றி ஒன்றுபடுத்தி அருள் செய்கின்ற கந்த சுவாமியின் திருவருளால் பிரிக்கும் சக்தியினின்றும் பிரிந்து, ஒன்றும் சக்தியோடு ஒன்றுபடலாம். இதற்குக் காரணமாக இருப்பது இறைவனுடைய சக்தி வாள். "சக்தி வாள் என்னுடைய கையில் வந்த பிறகு காலன் என்னைக் கண்டாலே வெம்புவான்." வெம்புவதாவது கோபம் கொள்ளுதல். "என்னுடைய மிடுக்கையும், துடிப்பையும் கண்டு, இந்தப் பயல் மாத்திரம் நம்மிடம் அச்சம் இல்லாமல் இருக்கிறானே என்று கோபித்துக் கொள்வான். அவன் கோபம் இல்லாமல் சும்மா வந்தாலேயே குலை நடுங்கும். கோபத்தோடு வந்துவிட்டால் எப்படி இருக்கும்! அவன் வந்தாலும் நான் பயப்படமாட்டேன்" என்று துணிவாகச் சொல்கிறார்.

காலன்வெம்பி
வந்து இப்பொழுது என்னை என்செய்யலாம்?

வெம்பும் காலன்

முன்னாலேயே மார்க்கண்டேயன் ஆண்டவனை நம்பிப் போன போது நம் பாசத்திற்கு அகப்படாமல் போகிறானே என்று காலன் வெம்பினான்; கோபம் கொண்டான்; இறைவனிடத்தில் உதைப்பட்டான். அவனுக்கு இன்னும் புத்தி வரவில்லை. அந்த யமன் இப்போது வந்தால் அவன்

சூலத்தை நானே வெட்டுவேன்' என்று அருணகிரிநாதர் சொல்கிறார்.

மார்க்கண்டேயனைத் தொடர்ந்த காலன் மார்க்கண்டே யனால் உதைபடவில்லை. அவன் யாரை நாடிச் சேர்ந்தானோ அந்தப் பெருமான் காலனை உதைத்தான். "முன் முளைத்த காதைவிடப் பின் முளைத்த கொம்புக்கு வலிவு அதிகம்" என்று சொல்வார்கள். அப்படி அருணகிரியார் பேசுகிறார். "என்னிடத் தில் யமன் வந்தால் நான் பரமேசுவரனுக்காகக் காத்துக் கொண் டிருக்கமாட்டேன். அவனுக்கு ஞான வாள் தந்த கந்த சுவாமியைக் கூப்பிட மாட்டேன். முளையை வெட்டுவதற்குக் கோடரி எதற்கு? எம்பெருமான் என் கையில் தந்திருக்கிற சக்திவாள் ஒன்றே போதும்; காலனை ஓட்டுவேன்" என்று அருணகிரியார் கூறுகிறார்.

சக்தி வாள் ஒன்றினால்
சிந்தத் துணிப்பன் தணிப்பரும் கோப த்ரிசூலத்தையே.

'காலன் என்னிடத்தில் வரமாட்டான். ஒருகால் வந்து விட்டால் என் கையில் உள்ள சக்திவாள் ஒன்றினாலேயே, என்னைக் குத்திக் கொல்ல வருகின்ற அவனுடைய திரிசூல மாகிய படையை அடியோடு அழித்துத் தள்ளுவேன்' என்று வீறு பேசுகின்றார்.

காலன் என்ற தத்துவத்தை நாம் அடியோடு மாற்ற முடியாது. அவனுக்கும் நமக்கும் உள்ள தொடர்பாகிய சூலத்தை நம் அளவில் உடைத்து விடலாம்.

'யமன் இன்னார் என்று தமக்கு நன்றாகத் தெரியும் என்பதை உணர்த்த அவனை அடையாளத்தோடு குறிக்கிறார். 'வேறு யாராலும் தணிக்க முடியாத கோபத்தைப் பெற்ற மூன்று தலை உடைய சூலத்தை நான் வெட்டுவேன்' என்று சொல்கிறார். யமனுடைய கோபத்தைத் திரிசூலத்தின் மேல் ஏற்றிச் சொன்னார். அவனுடைய கோபத்தை யாராலும் தணிக்க முடியாது. இறைவன் திருவருள் இருந்தால் அந்தக் கோபத்திற்கு நாம் அஞ்ச வேண்டியதில்லை.

சித்திரம்

அருணகிரியார் தம்முடைய மனத்திற்குள் ஒரு சித்திரத்தை அமைக்கிறார். காலன் எல்லா உயிர்களிடத்திலும் செல்வது போல அருணகிரிநாதரிடத்தில் வருகிறான். மற்றவர்கள் மரணா வஸ்தைப்படுகிறார்கள். காலன் வருவானே வருவானே என்று பயந்து, வரும்போது அவன் வெட்டுவானே என்று நடுங்குகிறார் கள். அருணகிரிநாதரோ சிறிதும் அச்சம் இல்லாமல் நிமிர்ந்து நிற்கிறார்; நடுங்கவில்லை. அதனைக் கண்டு வெதும்பவும் இல்லை. இதைக் காலன் பார்க்கிறான். "இந்த மனிதன் புதுவிதமாக இருக்கிறானே; நம்மைக் கண்டு நடுங்கவில்லையே!" என்று நினைக்கிறபோது அவனுக்குக் கோபம் உண்டாகிறது; வெம்புகிறான். கோபத்தினாலே உடம்பு நடுங்கும் அல்லவா? இப்போது நடுக்கம் அருணகிரிநாதரிடத்தில் இல்லை. யமனிடத்தில் இருக்கிறது. கலங்குகின்ற மனிதர்கள் காலனைக் கண்டால் நடுங்கு வார்கள். அருணகிரிநாதரிடத்தில் கலக்கம் இல்லை. அந்தக் கலக்கம் இப்போது யமனிடம் ஏறிவிட்டது. 'எல்லோரும் நடுங்கும் நம்மிடத்தில் இவன் நடுங்காமல் இருக்கிறானே!' என்று அவன் கலங்குகிறான். அவனுடைய உடம்பு கோபத்தால் துடிக்கிறது.

மீசை படபடக்கிறது. அவனுடைய திரிசூலம் நடுங்குகிறது. அவனுக்கு எதிரே முருகப் பெருமான் தந்த சக்திவாளை, அருளாகிய வாளைக் கையில் வைத்திருக்கிறார் அருணகிரியார்.

இப்படி ஒரு விதமாக மனத்தில் பாவனை செய்து கொண்டு இந்தப் பாடலை அருணகிரிநாதர் பாடியிருக்க வேண்டும். அத்தகைய பாவனையை அவர் மாத்திரமா செய்தார்? நாமும் செய்யும் படியாக இந்தப் பாட்டைக் கொடுத்திருக்கிறார்.

தந்தைக்கு முன்னும் தனிஞான
வாள் ஒன்று சாதித்தருள்
கந்தச் சுவாமி எனைத்தேற்

றியபின்னர்க் காலன்வெம்பி
வந்துஇப் பொழுதுஎன்னை என்செய்ய
லாம்? சத்தி வாள்ஒன்றினால்
சிந்தத் துணிப்பன் தணிப்பரும்
கோபத்ரி சூலத்தையே.

[தன்னுடைய தந்தையாகிய பரமசிவனுக்கு ஒப்பற்ற ஞானமாகிய வாள் ஒன்றைத் தந்தருளிய கந்தப் பெருமான் அடியேனுடைய கலக்கம் யாவும் தீர்த்துத் தெளிவித்த பிறகு, காலன் சினம் கொண்டு இப்பொழுது வந்து என்ன செய்ய முடியும்? அப்படி அவன் வந்தால் முருகன் எனக்குத் தந்தருளிய சக்திவாள் ஒன்றினால் யாராலும் தடுப்பதற்கரிய கோபத்தை யுடைய அவனது முத்தலைச் சூலப்படையைக் கீழே விழும்படியாக வெட்டிவிடுவேன்.

தனி ஞானவாள் - வேறு யாருக்கும் கொடுக்காத ஒப்பற்ற ஞான மாகிய வாள். சாதித்தருள் - வழங்கியருளிய. வெம்பி சினம் மூண்டு. சக்தி வாள் -- அருளாற்றலாகிய வாள். துணிப்பன் வெட்டுவேன். கணிப்ப அரும் - தணியச் செய்வதற்கு அரிய.]

முருகன் தந்தைக்கே சிறப்பான வாள் ஒன்றைத் தந்தான்; துமுதல் பலருக்கு வாளைத் தரும் வழக்கம் அவனுக்கு உண் ரயிற்று. எனக்குச் சக்தியாகிய வாள் தந்தருளினான். அது எலனுடைய படையாகிய முத்தலைச் சூலத்தையே அழிக்கும் ஆற்றலுடையது' என்றார்.

முருகன் திருவருள் இருந்தால் மரணத்துக்கும் அஞ்ச வேண்டாம் என்பது கருத்து.

இது கந்தர் அலங்காரத்தில் 69-ஆம் பாடல்.

முற்றும்.

★ ★ ★

9 788199 887763